தந்தை பெரியாரின் தடை செய்யப்பட்ட தலையங்கம் (1933)

ப.திருமாவேலன்

பரிசல்

தந்தை பெரியாரின் தடை செய்யப்பட்ட தலையங்கம் (1933)

ஆசிரியர்: ப. திருமாவேலன்
முதல் பதிப்பு: அக்டோபர் 2021
வெளியீடு: பரிசல் புத்தக நிலையம்
235, P-பிளாக், MMDA காலனி
அரும்பாக்கம், சென்னை-600 106
பேச: 9382853646, 8825767500
மின்னஞ்சல்: parisalbooks@gmail.com
வடிவமைப்பு: கி.ஆஷா
அச்சாக்கம்: காம்யூ பிரிண்டர்ஸ், சென்னை
பக்கம்: 92
விலை: ரூ.100

Thandhai Periyarin Thadai Seiyapatta Thalayangam

Author: P. Thirumavelan
First Edition: October 2021
Published by: Self-Published / Parisal Putthaga Nilayam
No. 235, M.G.R. 1st Street, MMDA Colony
Arumbakkam, Chennai-600 106
Mobile: 93828 53646
E-mail: parisalbooks@gmail.com
Designed by: K.Asha
Printed at: Compu Printers, Chennai
ISBN: 978-93-91949-09-9
Pages: 92
Rs. 100

ஆசிரியர் குறிப்பு

விருதுநகர் மாவட்டம் வாழவந்தாள்புரம் கிராமத்தில் பிறந்த ப. திருமாவேலன், கோயில்பட்டி இலக்குமி ஆலை மேல்நிலைப் பள்ளி, வ.உ.சி. அரசு மேல்நிலைப் பள்ளிகளில் பள்ளிப்படிப்பையும், சென்னை, டாக்டர் அம்பேத்கர் அரசு சட்டக் கல்லூரியில் சட்டக் கல்வியும் பெற்றவர்.

விடுதலைக்குயில்கள், இனி, போர்வாள், குங்குமம், விகடன் பேப்பர், தமிழ்முரசு, தினகரன், ஆனந்த விகடன், ஜூனியர் விகடன் ஆகிய இதழ்களில் பணியாற்றியவர். பத்திரிகையாளர், ஊடகவியலாளர்.

இதுவரை வெளியான இவரது நூல்கள்:

1. இன்றைய ஆட்சி ஏன் ஒழிய வேண்டும்?
2. காந்தி ராமசாமியும் பெரியார் ராமசாமியும்
3. காந்தியார் சாந்தியடைய...
4. அரசியல்: நல்லகண்ணு - அ. மார்க்ஸ் விவாதம்
5. தேர்தல் - 2009
6. கோட்டையின் கதை
7. மனிதம் கொன்று மனம் தின்று ஈழம் இன்று
8. குற்றவாளிக் கூண்டில் ராஜபக்ஷே
9. நீங்கள் எந்தப் பக்கம்? மார்க்சிஸ்ட்டுகள் சிந்தனைக்கு
10. நடக்கட்டும் நாக்கு வியாபாரம்

11. சுதேசி தேசம் சுரண்டப்பட்ட வரலாறு
12. ஊழலுக்கு ஒன்பது வாசல்
13. பெரியோர்களே தாய்மார்களே
14. யாரைத்தான் எதிர்க்கவில்லை?
15. ஆதிக்க சாதிகளுக்கு மட்டுமே அவர் பெரியாரா?
16. அவர்கள் அவர்களே!
17. பண்டிதர் எஸ்.எஸ். ஆனந்தரின் 'தமிழ்நாடு!'
18. எனக்கும் பிடிக்கும்
19. இவர் தமிழர் இல்லை என்றால் எவர் தமிழர்?

பொருளடக்கம்

1. முதல் உரை — 7
2. தாண்டவமாடும் சமதர்மம் — 11
3. இன்றைய ஆக்ஷி ஏன் ஒழிய வேண்டும்? — 21
4. பாய்ந்தது பாணம் — 26
5. 'அதை நான் எழுதினேன்' — 34
6. 'காரணம் ரொம்பவும் சப்பை' — 42
7. எடுத்துச்செல்லப்பட்டதில் இரண்டு — 49
    1. போல்ஷ்விக் முறை (ஓர் தர்க்கம்) — 52
    2. ஜார்ஜ் பர்னாட்ஷா அமெரிக்கர்களுக்காகச் செய்த உபந்யாசம் — 67
8. ரஷியாவைப் பற்றி பர்னாட்ஷா — 85

அடிக்குறிப்புகள் — 90

முன்னோடி நூல்கள் — 91

1. முதல் உரை

பெரியார் சோவியத் சென்று வந்த பின்னால், அவரது ஒவ்வொரு அசைவையும் பிரிட்டிஷ் அரசு கண்காணித்தது. 'குடி அரசு' இதழில் தனது எண்ணங்களை, சுற்றுப்பயணத்தை, பேச்சை மறைக்காமல் பெரியார் வெளியிட்டு வந்தது அரசுக்கு வாய்ப்பாக அமைந்தது. அவை முழுமையாக ஆங்கிலத்தில் மொழிபெயர்க்கப்பட்டு மேலிடத் துக்கு அனுப்பப்பட்டு வந்தன. இன்னும் அமைப்பு ரீதியாக, தமிழகத்தில் முழுமையாகக் கட்டமைக்கப்படாத கம்யூனிஸ்ட் கட்சிக்கு ஆதரவாக செல்வாக்கு மிக்க தலைவராக இயங்கிய பெரியார் பிரச்சாரகராக மாறிக்கொண்டிருப்பதைத் தட்டிவைக்க நினைத்த அரசு, அவரது எழுத்துகளுக்குத் தடை போடலாம் என்று முதல் முடிவு எடுத்தது.

கம்யூனிஸ்ட் கட்சி அறிக்கையை தமிழில் மொழிபெயர்த்து வெளியிட்டவரும் பெரியாரே! அண்ணல் அம்பேத்கரின் 'ஜாதியை ஒழிக்க வழி' என்ற நூலை வெளியிட்டதும் பெரியாரே!

பெரியார் பலவற்றின் தொடக்கம் புதிதாக ஒன்றை நிர்மாணிப் பதைவிட பழையவற்றைத் தாக்கித் தகர்ப்பதே முக்கியம் என்று நினைத்தவர். அதனால்தான் தன்னை அழிவு வேலைக்காரன் என்று சொல்லிக்கொண்டவர்.

பெரியார் இன்னும் முழுமையாக அறியப்படாத மனிதராக இருக்கிறார். அவரைத் தங்களவராக சொந்தம் கொண்டாடியிருக்க வேண்டிய கம்யூனிஸ்ட்டுகள், வறட்டு நாத்திகர் என்றும் நில பிரபுத்துவவாதி என்றும் ஜனநாயகம் மறுத்த சர்வாதிகாரி என்றும் புறம் தள்ளி, அவதூறு சேறு பூசியதை தமிழகத்தின் கெட்டகாலம் என்றுதான் சொல்ல வேண்டும்.

தாஷ்கண்டில் (1922) இந்திய கம்யூனிஸ்ட் கட்சி தொடங்கப்பட்டு, கான்பூரில் (1925) முதல் மாநாடு கூட்டினாலும் தமிழகத்தில் அந்தக் கொள்கையை அறிமுகப்படுத்தும் அடிப்படை வேலைகளுக்கு ஆரம்பமாக இருந்தவர் பெரியார்.

கம்யூனிஸ்ட் கட்சி அறிக்கையைத் தமிழில் மொழிபெயர்த்து வெளியிட்டதில் தொடங்கி, சோவியத் பூமி பற்றிய நிலவரத்தை அறிமுகப்படுத்தியது வரையிலான (1930-1935) தொடக்க நிலை ஆண்டுகள், கம்யூனிஸ்ட் கட்டுமானத்தை தமிழகத்தில் நிலைநிறுத்த பெரியாரின் முக்கிய பங்களிப்பானது.

'இன்றைய ஆட்சி என் ஒழிய வேண்டும்' என்ற தலையங்கம் 'குடி அரசு'வில் 29.10.1933இல் வெளியானது. இன்றைய அரசாங்கம் பணக்காரர்களுக்கு சார்பாக இருக்கிறது. பொதுமக்களிடமிருந்து வரி யாக வசூலிக்கப்படும் பணம்கூட இவர்களுக்குதான் பயன்படுகிறது. கல்வித் துறையில் பணியாற்றும் உயர்சாதியினர் ஊதியம் என்ற பெயரால் இந்த வரிப்பணத்தை வாங்கிச் சென்றுவிடுகிறார்கள்- என்று இந்த தலையங்கத்தில் பெரியார் குற்றம் சாட்டினார். ஏழை களிடம் வசூல் செய்த பணத்தை பணக்காரர்களும், பதவியில் இருப்பவர்களும் பிரித்துக்கொள்ளும் இந்த அமைப்பு முறைக்கு, 'கூட்டுக் கொள்ளை ஸ்தாபனம்' என்று பெயரும் கொடுத்தார். இந்த ஒன்றுக்காவது இன்றைய ஆட்சியானது அழிக்கப்பட வேண்டியது என்று தீர்ப்பும் சொன்னார்.

இந்தத் தலையங்கம் அரசு துவேஷம் என்ற பெயரால் பெரியார் மீது பாய காரணமானது. எழுதியவர் என்ற முறையில் பெரியாரும், 'குடி அரசு' வெளியீட்டாளர் என்ற அடிப்படையில் (பெரியாரின் தங்கை) எஸ்.ஆர். கண்ணம்மாவையும் கைது செய்தார்கள்.

இதன் தொடர்ச்சியாக நடந்த விசாரணையும், பெரியார் எம்மாதிரி யான எதிர்வினையாற்றினார் என்பதும் உணர வேண்டியவை. அவருக்கு இந்த கைது நடவடிக்கை மனதளவில் எந்தப் பாதிப்பையும் ஏற்படுத்தவில்லை என்பதைவிட, என்னைப் போன்ற மனிதர்களை சிறைக்குள் 'சாமி' மாதிரி கவனித்துக்கொள்கிறார்கள் என்று வெளியே வந்து சொன்னது ஆச்சரியமானது. சிரமப்பட்டதாக அவர் கதை சொல்லவில்லை.

பெரியார் அப்போது கைதானது ஏழாவது தடவை என்று பட்டிய லிட்டது 'குடி அரசு'. இப்படிப்பட்ட அரிய தகவல்கள் அனைத்தும்

பெரியார் நடத்தி வந்த ‘குடி அரசு’ இதழ்களில் இருந்து முழுமையாக எடுத்தாளப்பட்டது.

‘குடி அரசு’ இதழில் வெளியான தலையங்கம் காரணமாக பெரியாரை கைது செய்த காவலர்கள், அந்தக் காலகட்டத்தில் வெளி யான ‘குடி அரசு’ பதிப்பக புத்தகங்களையும் எடுத்துச் சென்றதாக ‘புரட்சி’ இதழ் கூறுகிறது. எனவே, அந்தக் காலத்தில் வெளியான, ஜார்ஜ் பர்னாட்ஷா-அமெரிக்கர்களுக்காகச் செய்த உபந்யாசம், போல்ஷ்விக் முறை - ஓர் தர்க்கம் என்ற இரண்டு வெளியீடுகளை ‘எடுத்துச் செல்லப்பட்டதில் இரண்டு’ என்ற தலைப்பில் நூலின் தாள் தனி இணைப்பாகத் தரப்பட்டுள்ளன.

பெரியாரியத்தை மார்க்சீயத்துடன் இணைப்பதிலும், ஒன்றுடன் மற்றொன்றை பொருத்திப் பார்ப்பதிலும் தொடர்ந்து தங்கள் பங்களிப்பைச் செய்த தோழர்கள் குத்தூசி குருசாமி, ஏ.எஸ்.கே. அய்யங்கார், நெ.து. சுந்தர வடிவேலு, வே.ஆனைமுத்து, எஸ்.வி. ராஜதுரை ஆகிய ஐந்து பேரின் அடித்தளத்தில்தான் இந்தத் தேடுதலும் அமைந்திருந்தது.

பெரியாருடன் கம்யூனிஸ்ட்டுகளை இணைக்க முயற்சித்தவர் குருசாமி.

பெரியார் பற்றிய சரியான கணிப்பு தோழர்களுக்கு இல்லை என்று கம்யூனிஸ்ட் இயக்கத்திலிருந்து நாற்பதாண்டுகளுக்கு முன்பே ஒலித்தது ஏ.எஸ்.கே.வின் குரல்.

பெரியாருக்குப் பின்னால் மார்க்சிய - பெரியாரிய இணைப்புக்காக இயக்கம் கண்டவர் ஆனைமுத்து. பெரியாரை சமதர்ம ஞாயிறாகக் காண்பது நம் கடமை. அவர் பரப்பிய சமதர்ம ஒளியை மக்களிடம் காட்டுவது நம் பொறுப்பு. வழியிலே வந்த நெருக்கடிகள் சில. அவை திசை திருப்பிகள் நெடுந்தூரம் திசை தவறிப் போதல் ஆகாது - என்று 1970ஆம் ஆண்டின் கடைசியில், ‘பெரியாரும் சமதர்மமும்’ என்ற தலைப்பில் ‘அறிவு வழி’ மாத இதழில் மூன்றாண்டுகாலம் தொடர்ந்து எழுதியவர் நெ.து. சுந்தர வடிவேலு.

பெரியாரை, வகுப்புவாத சக்திகள் கூட பயன்படுத்தாத மோசமான வார்த்தைகளை கம்யூனிஸ்ட் விமர்சகர்கள் வைத்து வந்த 1990களின் தொடக்கக் காலத்தில், தனது தீவிரமான தேடுதல் வேட்டையின் காரணமாக பெரியாருக்குப் பூசப்பட்ட வர்க்க அழுக்கை துடைத்தது எஸ்.வி.ராஜதுரை - வ.கீதா எழுதிய ‘பெரியார் - சுயமரியாதை சமதர்மம்’.

இந்தப் பாதையில் இதுவும் ஒன்று.

பெரியார் திடல் நூலகம், அண்ணா அறிவாலயம் நூலகம் ஆகியவற்றில் இருந்து இந்நூலுக்கான தரவுகளைப் பெற்று 2008-ஆம் ஆண்டு இந்நூலை வெளியிட்டேன். பதிமூன்று ஆண்டுகளுக்குப் பிறகு மீண்டும் வருகிறது. 'பரிசல்' செந்தில்நாதன் தூண்டுதலால் வெளிவருகிறது.

1930-களில் பொதுவுடமைக் கொள்கையை விதைக்க பெரியார் எடுத்த முயற்சிகளை இதன் மூலம் அறியலாம்.

பெரியாரியம் – மார்க்சியம் – அம்பேத்கரியம் ஆகிய மூன்றும் இணைந்தும் – பிணைத்தும் செயல்படுதலே சரியானது என்பதை ஓரளவு உணர்த்த இந்நூல் பயன்படலாம்.

நன்றியுடன்
ப.திருமாவேலன்

2. தாண்டவமாடும் சமதர்மம்

1920 அக்டோபர் 17-இல் தாஷ்கண்டில் (ரஷ்யா) இந்திய கம்யூனிஸ்ட் கட்சி உருவாக்கப்பட்டது. எம்.என்.ராய், இவலின் பிராண்ட்ராய், ஏ.என்.முகர்ஜி, ரோசா பிடிங்காவ், முகமது அலி, முகமது ஷபீக் சித்திக், எம்.பிரதிவாதி பயங்கராச்சார்யா ஆகியோர் உடனிருக்க கட்சி உருவானது. மார்க்சிய தத்துவங்கள் தொடர்பான புத்தகங்கள் இந்தியாவுக்குள் வர ஆரம்பித்தன. இதை அரசு கண் காணிக்க ஆரம்பித்தது. இந்தியாவில் நடக்கும் மன்னராட்சியைக் கவிழ்க்க தாஷ்கண்டில் சதி செய்ததாக 25.9.1921-இல் பெஷாவர் வழக்கு போடப்பட்டது.

முறைப்படியான தொடக்கம் 1925 டிசம்பர் 26, 27, 28-இல் கூடிய கான்பூரில் நடந்தது. அந்த மாநாட்டுக்கு இந்தியா முழுவதும் இருந்து கம்யூனிஸ்ட் பிரமுகர்கள் வந்திருக்க, தமிழகத்தில் இருந்து சென்ற ம.வெ. சிங்காரவேலர் தலைமை தாங்கினார்.

அப்போது தமிழகத்தில் கம்யூனிஸ்ட் கட்சி நிலை எப்படி இருந்தது?

பஞ்சாப் முஸ்லீமான அமீர் ஹைதர்கான் சோவியத் சென்று சங்கர் என்ற பெயரில் 1931-இல் கட்சியை அமைப்பதற்காக தமிழகம் அனுப்பப்பட்டவர்.

> கம்யூனிஸ்ட் என்ற சொல் தென்னிந்தியாவில் புதிய சொல் தேசிய காங்கிரஸின் புகழ் அந்தக் காலத்தில் வானளாவ உயர்ந்திருந்தது. பிராமண எதிர்ப்பு திராவிட சங்கமும் இருந்தது. இந்த அரசியல் பின்னணியில் கம்யூனிஸ்ட் என்ற சொல் எனக்கு வியப்பூட்டியது. அது வரை நான் சந்தித்த எவருக்கும் அல்லது தொடர்பு கொண்ட எந்த இளைஞர் சங்கத்துக்கும் சோவியத் நாட்டை பற்றி எதுவும் தெரிந்திருக்கவில்லை கம்யூனிஸிசம் என்பது பற்றி பேச்சுக்கூட இருந்ததில்லை.[1]

கம்யூனிஸ்ட் இயக்கம் முளைவிட்டு விடக்கூடாது என்று ஆட்சி கண்காணித்து நெருக்கடி நுகத்தடியை அழுத்திக்கொண்டிருந்த

சமயத்தில், பொதுவுடைமை சித்தாந்தத்தை முழுமையாக உணர்ந்து வைத்திருந்த ம.வெ.சிங்காரவேலர், பெரியாருக்கு அறிமுகமானவராக இருந்தார்.

பெரியார் ஈ.வெ.ரா. துவக்கிய மாபெரும் இயக்கமாகிய பகுத்தறிவு இயக்கத்தில் முழுக்க முழுக்க சிங்கார வேலனார் பங்கெடுத்தார் என்றால் அது தற்செயலாக ஏற்பட்டதோர் சம்பவமல்ல. பெரியார் அவர்கள் மூடநம்பிக்கை, கடவுள் வழிபாடு, அர்த்தமற்ற சடங்குகள், ஜாதிக் கொடுமைகள் அனைத்தையும் எதிர்த்துப் போராடியது கம்யூனிஸ்ட் கட்சி தோன்றவும் செயல்படவும் மிகமிக முக்கியம் என்பதனை சிங்காரவேலனார் தெளிவாகப் பார்த்தார்.[2]

இதை சிங்காரவேலரும் உணர்ந்திருந்தார். பெரியாரின் 'குடி அரசு' இதழில் தொடர்ந்து அவர் கட்டுரைகள் எழுதினார்.

ஒரு நம்பிக்கை கடந்த 7, 8 வருஷமாக உண்டாகிக் கொண்டே வருகின்றது. அது யாதெனில், உங்கள் சமூக உழைப்பாகிய சுயமரியாதையே என்று எண்ணலாம் போலும்.

உங்கள் சுயமரியாதைத் திட்டத்தில் அடங்கிய சமூக சீர்திருத்தங்கள் யாவும் சமதர்ம தோற்றத்தின் அறிகுறியாக தோன்றுகின்றன.[3]

பொதுவுடைமை சித்தாந்தத்தின் இந்திய தத்துவாசிரியரான ம.வெ.சிங்காரவேலரின் எண்ணப்படி பெரியாரின் சுயமரியாதை இயக்கம் செயல்பட்டு வரும் நிலையில், மன்னராட்சியைக் கவிழ்க்க சோவியத் உதவியை பெற்றதாக கம்யூனிஸ்ட் கட்சியைத் தடை செய்ய வேண்டும் என்று வைஸ்ராய்க்கு கடிதம் அனுப்பப்படுகிறது (1912-1928). இந்த நிலையில்தான் பெரியாரின் ரஷ்யப் பயணம் நடந்தது.

லெனின் சொன்னது போல, தான் அனுபவித்த சொல்லொனா மனவேதனைகளின் அனுபவங்கள் காரணமாக மார்க்சியத்தை சாதித்துப் பெற்றது ரஷ்யா.

முதலாளித்துவத்தில் இருந்து சோசலிசத்துக்கு மாறிச் செல்வதற்கு பாட்டாளி வர்க்கத் தலைமை அவசியம் என்பதை சோவியத் உணர்த்தியது. கம்யூனிஸ்ட் லட்சியத்தில் ஈடுபாடுடைய புரட்சியாளர்களை ஒன்றுசேர்க்கும் தொழிலாளி வர்க்கத்தின் முன்னணிப் படையால் மட்டுமே இது சாத்தியம் என்பது 1917-ரஷ்யா உலகுக்கு சொன்ன செய்தி.

மன்னரை வீழ்த்துவதோடு பணி முடிந்து விடவில்லை என்று உணர்ந்த காரணத்தால் பொருள் உற்பத்தியில் மக்கள் களம் இறங்கி, சோவியத் உற்பத்தியை இரண்டு மடங்காக ஆக்கிய போது அமெரிக்கா, பிரிட்டன், ஜெர்மன், பிரான்ஸ் போன்ற நாடுகள் கடும் பொருளாதார நெருக்கடியில் (1930-33) நெளிந்துகொண்டிருந்தன.

இது சோவியத்தில் இருந்த திரிபுவாத, எதிர் கம்யூனிஸ்ட்டுகளுக்கு உறுத்தலை ஏற்படுத்தியது. இந்த எதிர்வினைகளை முறியடிக்காத வரையில் இன்றைய ரஷ்யாவை, சோசலிச ரஷ்யாவாக மாற்றுவ தென்பது நிறைவேறாது என்றார் ஸ்டாலின் கட்சிக்கு விரோதமாக இருந்தவர்கள் கட்சியை விட்டு விரட்டப்பட்டார்கள். பழைய உறுப்பினர் அட்டைகள் மாற்றப்பட்டு புது உறுப்பினர் அட்டைகள் தரும் பணி நடந்துகொண்டிருந்தது. பெரியாரின் பயணம் இப்படி யொரு நேரத்தில் நடந்தது.

அங்குள்ள நிலைமைகளைச் சரிவர அறியவும், அத்தேசத்தைப் பற்றி பெருமிதப்படுத்திக் கூறும் கதைகள் உண்மையாவென்று அறியவும் சோவியத் பயணத்தை மேற்கொண்டார் பெரியார்.[4]

> திருவாளர்கள் ஈ.வெ.ராமசாமி, எஸ். ராமநாதன் ஆகிய இருவரும் ஐரோப்பிய கண்டம் முழுவதும் சுற்றுப்பயணம் செய்ய 13ஆம் தேதி சென்னையிலிருந்து (Amboise) அம்போய்சி என்னும் பிரஞ்சுக் கப்பலில் புறப்பட்டுவிட்டார்கள்.[5]

கொழுப்பு, மாஸ்கோ, லண்டன் போய் மீண்டும் கொழும்பு வழியாக தமிழகம் வந்தார் பெரியார் மொத்தம் 331 நாட்கள் திரும்பிவந்த நாள் 8.11.1932.

பெரியாரும், ராமநாதனும் சோவியத் நாட்டில் பிப்ரவரி 14 முதல் மே 12ஆம் தேதி வரை இருந்தார்கள்.

28.5.1932-இல் ஸ்டாலினைக் காண பெரியாருக்கு ஒப்புதல் கடிதம் தரப்பட்டிருந்தது. ஆனால், ட்ராட்ஸ்கி ஆட்களுடன் எஸ்.ராமநாதனுக்கு தொடர்பு இருப்பதாகக் கூறி 19.5.1932க்குள் இவர்கள் சோவியத்தை விட்டு வெளியேறிவிட உத்தரவு பிறப்பிக்கப் பட்டது.

வாய்ப்பு இருந்தால் நான் அங்கேயே தங்கிவிடலாம் என்ற முடி வோடு போனேன். ஆனால், ராமநாதனின் நடவடிக்கை காரணமாக அங்கிருந்து வெளியேறும்படி கூறிவிட்டனர் என்று பெரியார் தன்னிடம் சொன்னதாக எழுதுகிறார் வே. ஆனைமுத்து.

1.5.1932 - மே தினத்தன்று சோவியத்தில் இருந்த பெரியார் அங்கு நடந்த மே தினக் கொண்டாட்டங்கள் பார்த்து, தனது டைரியில் பத்து பக்கங்கள் எழுதினார்.

இது ரஷிய தேசம் முழுவதற்கும் முக்கியமான பண்டிகை புரக்ஷி - வெற்றி - தினத்தைக் கொண்டாடுவது, ஆரியர்கள் புரக்ஷிவாதியாகிய நரகாசூரனைக் - கொன்ற - தீபாவளியைக் கொண்டாடுவது போலவே, தேச மக்கள் பூராவும் இதை வெகு பக்ஷமாகவும் பெருமையாகவும் பண்டிகையாய்க் கொண்டாடு கிறார்கள்.[6]

அதற்கு ஐந்து நாட்கள் கழித்து கிரம்லின் கட்டிடத்தில் தரப்பட்ட வரவேற்பில் கலந்துகொண்டு திரும்பிய போது ரஷ்யா பற்றி பெருமைப்பட்டார்.

சார், சக்கரவர்த்தி குடி இருந்து அனுபவித்த அரண் மனையில் - அவனைக் - கொன்றுவிட்டு தொழிலாளர்கள் - வந்து - டேன்ஸ் - செய்து ஆனந்தப்படுவது என்பது உலகத்தில் இதுவரை நடந்த புரக்ஷிகளில் எல்லாம் முக்கியமானதென்று; உலகத்திற்கு - இதுவே - முதன்மையான அவசியமென்றும் எந்தக் காலத்திலோ யாராலோ எழுதி வைக்கப்பட்டு விட்டு போன ஒரு கொள்கையை இந்தக் காலத்தில் நடத்திக் காட்டிய பெருமை ரஷ்யாவுக்கே உண்டு.[7]

சோவியத் நாடு அழுத்தமான தாக்கத்தை அவரது மனதில் ஏற் படுத்தியது. தமிழகம் திரும்புவதற்கு முன்னதாக இலங்கை 'டெய்லி நியூஸ்' பத்திரிகைக்கு பெரியார் கொடுத்த பேட்டியில் சோவியத் பற்றிய பெருமித வார்த்தைகளை ஒவ்வொன்றாகத் தேர்ந்தெடுத்து பயன்படுத்தினார்.

உண்மையில் அது ஒரு புதிய உலகம். அதுபோல முன்னொரு போதும், எந்நாட்டிலும் சீர்திருத்தம் நடந்தேறியதேயில்லை. அந்நாடு தொழிலாளர் மயமாகவே இருக்கிறது. தோட்டி முதல் தொண்டமான் ஈறாக எல்லோரும் அரசாங்கத் தொழிலாள ராகவே கருதப்படுகின்றனர். மக்களுக்குள் உயர்வு தாழ்வு என்பதே கிடையாது. வியாபாரம், தொழில், வர்த்தகம், கல்வி முதலிய சமூக அபிவிருத்திக்கான தொழில்களெல்லாம் அரசாங்க பொறுப்பிலேயே நடைபெற்று வருகின்றன. விவ சாயம் அய்க்கிய முறையில் அரசாங்கப் பொறுப்பில் பரி பாலிக்கப்பட்டு வருகிறது.

அங்கு சமயமென்று ஒன்றுமே கிடையாது. ஜனசமூக நன்மையே சமயம்; அதுவே சன்மார்க்கம், கிறித்துவக் கோயில் களுண்டு. அதற்கு அரசாங்கத்தார் எவ்விதப் பண உதவியும் செய்வது கிடையாது. அவர்களுக்கு கடவுள் பற்றியோ மதத்தைப் பற்றியோ கவலையோ விசாரமோ கிடையாது.

குற்றம் செய்தவர்களை அரசாங்கம் ஒரு நவீன முறையில் தண்டிக்கிறது. அவர்களுக்கு சகல சவுகரியங்களும் செய்து கொடுக்கப்பட்டாலும் அவர்கள் சம்பளத்தில் ஒரு பாகம் அபராதத் தொகையாகப் பறிமுதல் செய்யப்படுகிறது. பல முறை குற்றம் செய்தவர்களைச் சுகாதார நிலையத்திற்கனுப்பி அங்கு அவர்களது மனோநிலை மாறத்தக்க சிகிச்சைகள் செய்யப்படுகின்றன.

பாடசாலைகள் மூலமாகவும், சினிமாக்கள் மூலாகவும், இதுவரை கற்றிராத பாமர மக்களுக்கு தொழில் முயற்சியை அஸ்திவாரமாகக் கொண்ட கல்வி கற்பிக்கப்படுகிறது. ஒரு மதத்தையும் பின் பற்றாத அரசாங்கம் மத எதிர்ப்பு சங்கத்திற்குப் போதிய உதவி அளித்து வருகிறது.

அரசாங்கம் தாம் தேசத்தை புனருத்தாரணம் செய்ய வேண்டு மென்பதிலேயே தீவிர கவனம் செலுத்துவதால், கடவுள் பற்றியோ மதத்தை பற்றியோ நினைப்பதற்கு அவர்களுக்கு நேரமில்லை.[8]

ஈரோடு வந்துசேர்ந்த பெரியார் இரண்டு நாட்கள் கழித்து குடி அரசுவில் ஒரு அறிவிப்பை செய்தார்.

இயக்கத் தோழர்களும், இயக்க அபிமானத் தோழர்களும் இனி ஒருவருக்கொருவர் அழைத்துக்கொள்வதிலும் பெயருக்கு முன்னால் பின்னால் மரியாதை, வார்த்தை சேர்ப்பது என்ப திலும் ஒரே மாதிரியாக ‘தோழர்’ என்கின்ற பதத்தையே உபயோகிக்க வேண்டும். மகா - நா - ஸ்ரீ திருவாளர், திரு., தலைவர், பெரியார், திருமதி, ஸ்ரீஜத் என்பன போன்ற வார்த்தைகளைச் சேர்த்து பேசவோ எழுதவோ கூடாது என்றும் வணக்கமாய் வேண்டிக்கொள்கிறேன். குடி அரசுவிலும் அடுத்த வாரம் முதல் அந்தப்படியே செய்ய வேண்டுமென்று தெரிவித்துக்கொள்கிறேன்.[9]

இதுவரை நடத்தி வந்த சுயமரியாதை இயக்கத்தில் மாறுதல் செய்ய விரும்பினார். சுயமரியாதை இயக்கத்தின் லட்சியங்களும்,

சுயமரியாதை இயக்கம் சமதர்மக் கட்சியாளர் வேலைத் திட்டமும் உருவாக்கப்பட்டது. பெரியாரின் ஈரோடு வீட்டில் 1932 டிசம்பர் 28, 29 தேதிகளில் நடந்த கலந்துரையாடல் கூட்டம் அதற்கு அடித்தளமிட்டது. இதற்காக சிங்காரவேலர் வடிவமைத்த உத்தேச திட்டம் 25.12.1932இல் குடி அரசில் வெளியானது.

1. பிரிட்டிஷ் முதலிய எந்தவித முதலாளித் தன்மை கொண்ட கட்சியிலிருந்து இந்தியாவைப் பூரண விடுதலை அடையச் செய்வது

2. தேசத்தின் பேரால் கொடுக்கப்பட வேண்டிய எல்லாக் கடன் களையும் ரத்துசெய்வது

3. எல்லா தொழிற்சாலைகளையும், ரயில்வேக்களையும், பாங்கி களையும், கப்பல், படகு, நீர்வழி போக்குவரத்து சாதனங்களையும் பொதுமக்களுக்கு உரிமையாக்குவது.

4. எந்தவிதமான பிரதிப் பிரயோசனமும் கொடுக்கப்பாடாமல் தேசத்தில் உள்ள எல்லா விவசாய நிலங்களையும் காடுகளையும் மற்ற தாவர சொத்துக்களையும் பொது ஜனங்களுக்கு உரிமையாக்குவது

5. குடியானவர்களும், தொழிலாளிகளும், லேவாதேவிக்காரர் களிடம் பட்டிருக்கும் கடன்களையெல்லாம் (கேன்சல்) செல்லுபடி யற்றதாக ஆக்கிவிடுவது, அடிமை ஒப்பந்தங்களை ரத்து செய்துவிடுவது.

6. சுதேச சமஸ்தானங்கள் என்பவைகளையெல்லாம் மாற்றி இந்தியா முழுவதையும் தொழிலாளர்கள், குடியானவர்கள் சரீர வேலைக்காரர்கள் என்பவர்களுடைய நேரடியான ஆட்சிக்குக் கொண்டுவருவது

7. தொழில் செய்பவர்கள் 7 மணி நேரத்திற்கு மேல் வேலை செய்யக் கூடாது என்பதுடன், அவர்களுடைய வாழ்க்கை நிலை உயர்த்தப்படுவது. தொழிலாளிகளுக்குக் கூலியை உயர்த்தி, அவர் களது சுகவாழ்க்கைக்கு வேண்டிய சவுகரியங்களையும் இலவச நூல் நிலையங்கள் முதலிய வசதிகளையும் ஏற்படுத்துவது. தொழில் இல்லாமல் இருக்கின்றவர்களை சர்க்கார் போஷிக்கும் படியும் செய்வது என்பவைகள் சுயமரியாதை இயக்கத்தின் அடிப்படையான லட்சியங்களாம்.

சுயமரியாதை இயக்க சமதர்மக் கட்சியாரின் வேலைத் திட்டம் வகுக்கப்பட்டது.

சுயமரியாதை இயக்கமானது தென் இந்தியாவில் சென்ற 7,8 வருஷ காலமாக பாமர மக்களிடையே ஏராளமாய் புதைந்து கிடந்த

ஜாதி மதம் முதலியவைகளைப் பற்றிய குருட்டு நம்பிக்கைகள் மூடப் பழக்கவழக்கங்கள் ஆகியவைகளைப் பற்றியும், பொருளாதாரத் தன்மையின் கீழ்நிலை பற்றியும் செய்துவந்த புரட்சி பிரசாரத்தின் பலனால் ஒரு பெருத்த உணர்ச்சியைக் கிளப்பிவிட்டிருப்பதாலும்,

பகுத்தறிவுக்கு ஏற்காத முறையில் நடைபெற்று வரும் மேல்கண்ட பழக்கவழக்க முறைகளை சட்டமூலமாகவன்றி வேறு வழியில் ஒழிப்பது முடியாது என்கின்ற அபிப்பிராயம் நாளுக்கு நாள் பலப் பட்டு வருவதாலும்,

பாமர மக்களைப் பல அரசியல் ஸ்தாபனங்களும், சமூக கட்டுப் பாடுகளும் அந்தந்த விஷயங்களில் அடக்கியும், பொருளாதார துறை யில் ஒடுக்கியும் வைப்பதற்கு சாதனமாக அரசியல் ஸ்தாபனங்களே உபயோகப்படுத்தப்பட்டு வருகிறது என்பது ஆட்சேபிக்க முடியாத உண்மையாக இருப்பதாலும்,

வட்டமேஜை மாநாட்டின் பயனாய் பாமர மக்களின் பகுத்தறிவு வளர்ச்சிக்கு நாசத்தை உண்டாக்கும் கொடுமையான பழைய பழக்க வழக்கங்களுக்கும் மனிதத் தன்மைக்கும் முரணான ஜாதி வித்தி யாசங்களுக்கும் மற்றும் பல கெடுதிகளுக்கும் பாதுகாப்பும் ஆக்கமும் அளிப்பதாய் இருப்பதாலும்,

சுயமரியாதை இயக்கத்தாருக்குள் சமதர்ம (Socialist Party) கட்சி என்பதாக ஒரு அரசியல் பிரிவை ஏற்படுத்தி அதற்கு அடியிற் கண்ட திட்டத்தை வகுத்து, அதன் மூலம் பரிகாரம் தேடுவது என்று தீர்மானிக்கப்படுகிறது.

1. பொதுஜன சவுகாரியங்களுக்கு ஏற்பட்ட சாதனங்களைத் தனிப் பட்ட மனிதர்கள் அனுபவிப்பதென்பதற்கும் ஜாதிமத சம்பந்தமான கொடுமைகளுக்கும் பாதுகாப்புகளாய் இருக்கும் அறிவுக்கு ஒவ்வாத முறைகளை ரத்து செய்ய வேண்டும்.

2. பாமர ஜனங்களை அவர்களது பொருளாதார கொடுமையில் இருந்து விடுவிப்பதும், சுதந்திர மனிதர்கள் ஆக்குவதற்கும், பொது ஜன அவசியத்திற்கு என்று ஏற்படுத்தப்படுகிற தொழில் முறைகள் போக்குவரத்து சாதனங்கள் ஆகியவைகளின் நிர்வாகத்தையும் அதன் இலாபத்தையும் தனிப்பட்ட மனிதர்கள் அடையாமலிருப்பதற்கும் வேண்டிய காரியங்களை அரசியல் ஸ்தாபனங்களின் மூலமாகச் செய்ய வேண்டும்

3. எல்லா சட்டசபை, முனிசிபல், தாலுக்கா, ஜில்லா சபை தேர்தலுக்கும் வயது வந்த யாவருக்கும் ஓட்டுரிமை ஏற்படுத்தும்படி

செய்ய வேண்டும். தனிப்பட்ட தொழிற்சாலைகள், ரயில், கப்பல் முதலியவைகளில் தொழிலாளிகளுக்கு எப்பொழுதும் தொழில் இருப்பதற்கு ஒரு ஜவாப்தாரித்தனத்தையும் அவர்களுடைய நல் வாழ்க்கைக்கு வேண்டிய ஊதியத்தை நிர்ணயப்படுத்தி அதற்கு ஒரு உறுதிப்பாட்டையும் செய்வதற்கு ஏற்பாடு செய்ய வேண்டும்.

4. நில சொந்தக்காரர்களாயில்லாமல் விவசாயத்தில் ஈடுபட்ட தொழிலாளிகளுக்கு வெள்ளாமையில் ஒரு நியாயமான பங்கு விகிதம் கிடைக்கும்படி செய்ய வேண்டும்.

5. கோயில், பிரார்த்தனை இடங்கள் முதலிய மத ஸ்தாபனங்களின் சொத்துக்கள், வரும்படிகள் ஆகியவைகளைப் பொது ஜனங்களின் தொழில், கல்வி, சுகாதாரம் வீட்டுவசதி அனாதைப் பிள்ளைகள் விடுதி ஆகியவைகளுக்குப் பயன்படுத்த அனுமதி பெற வேண்டும்.

6. இந்திய சமூகத்தில் ஜாதிமத பிரிவு முதலியவைகளைக் குறிக்கக் கூடிய குறிப்புகள் எதையும் பொது ஆதாரங்களில் (ரிக் கார்டுகளிலிருந்து) எடுத்து விடுவதற்கும் அம்மாதிரிப் பட்டம் உடையவர்களைப் பொது வேலைகளில் இடம் பெறாமல் இருக்கும் படி செய்வதற்கும் அனுமதி பெறுதல்.

7. முனிசிபாலிடி முதலிய ஸ்தாபனங்களில் மூலமாகவே போக்கு வரத்து சாதன வசதி, வீட்டுவசதி, பால்வசதி, வைத்திய வசதி முதலியவைகள் நடைபெறும்படி ஏற்பாடு செய்ய வேண்டும்.

8. இவைகளை நிறைவேற்ற சட்டசபை, முனிசிபாலிட்டி முதலிய ஜனப் பிரதிநிதி ஸ்தாபனங்களுக்கு மேல்கண்ட கட்சியினர் பேரால் அபேட்சகர்களை நிறுத்த வேண்டும்.

9. கட்சி ஆலோசகர்கள் மேல் கண்ட திட்டங்களுக்கு உறுதி கூறி கையெழுத்திட வேண்டும்.

10. மேல் கண்ட சட்டங்கள், சீர்திருத்தங்கள் முதலியவைகள் எல்லாம் சட்டசபைப் பிரவேசம் மூலம், சொல்லுவதன் மூலம், பத்திரிகை துண்டு பிரசுரம் முதலியவைகள் மூலம் சட்டத்தை அனு சரித்து செய்ய வேண்டும்.[10]

- இதை தொடர்ந்து தமிழகத்தின் பல்வேறு இடங்களில் பெரியாரின் முயற்சியில் ஜமீன்தார் எதிர்ப்பு மாநாடு, லேவாதேவி எதிர்ப்பு மாநாடு, மேதினம், ரஷ்ய புரட்சி தினம், லெனின் தினம் ஆகியவை நடத்தப்பட்டன.

1900ஆம் ஆண்டில் தனது 21ஆவது வயதில், தாம் தீவிரமாக மண்டி வணிகம் நடத்தி வந்த போதே, தொழிலாளர்க்கு தொழிலில் பங்கு என்ற திட்டத்தை பெரியார் ஏற்படுத்தினார். லாபத்தை மூன்றாக பிரித்து தனக்கு ஒரு பாகம், தன் முதலுக்கு வட்டியாக ஒரு பாகம், தொழிலாளியாக இருக்கும் உழைக்கும் கூட்டாளிகளுக்கு ஒரு பாகம் என்று பிரித்துக் கொடுத்தவர் அவர்.

1926-இல் தென்னிந்திய ரயில்வே தொழிலாளர் வேலை நிறுத்தம் பத்து நாட்கள் நடந்தது. நாகப்பட்டினத்தில் இருந்த ரயில்வே பழுதுபார்ப்பு நிலையத்தை பொன்மலைக்கு ரயில்வே நிர்வாகம் மாற்றியது. ஐந்தாயிரம் பேர் ஆட்குறைப்பு செய்யப்போவதாக அறிவிக்கப்பட்டது சுயமரியாதை இயக்கத்தை சேர்ந்த கிருஷ்ணசாமி தலைமையில் வேலை நிறுத்தக் குழு அமைக்கப்பட்டது. சிங்கார வேலர், முகுந்தலால் சர்க்காருடன் நாகப்பட்டினம் சென்ற போது சிங்காரவேலர் கைது செய்யப்பட்டார். பெரியாரும் கைதானார்.

இப்படிப்பட்ட தொழிலாளர் சார்பு நடவடிக்கைகளை தொடர்ச்சி யாகக் கொண்டவராக பெரியார் இயங்கி வந்தாலும், சோவியத் பயணத்துக்குப் பின் அந்த வீச்சு பலமானது.

> சமதர்ம நோக்கமுள்ள உண்மைத் தொண்டர்களை ரெண்டு கைகளையும் நீட்டி மண்டியிட்டு வரவேற்கச் சமதர்ம இயக்கம் காத்திருக்கிறது. அது உலக மக்கள் எல்லோரையும் பொறுத்த இயக்கம்; சாதி, மதம், வருணம், தேசம் என்கிற கற்பனை நிலைகளை எல்லாம் தாண்டிய இயக்கம் பிராமணன், க்ஷத்திரியன், சூத்திரன், ஹரிஜனன் என்கின்ற வருணங்களை ஒழித்து எல்லோரும் எப்பொழுதும் மனிதரே என்று கூவும் இயக்கம் ஏழை என்றும் பணக்காரன் என்றும் முதலாளி என்றும் தொழிலாளி என்றும் எஜமானன் கூலி என்றும் ஜமீன்தாரன் என்றும் குடியானவன் என்றும், உள்ள சகல வகுப்புகளையும், வேறுபாடுகளையும் நிர்மூலமாக்கித் தரை மட்டமாக்கும் இயக்கம் மற்றும் குரு என்றும் சிஷ்யன் என்றும் பாதிரி என்றும் முல்லாவென்றும் முன் ஜென்மம், பின் ஜென்மம், கர்மபலன் என்றும் அடிமையையும் எஜமானையும் மேல் சாதிக்காரனையும், கீழ் சாதிக்காரனையும், முதலாளியையும் தொழிலாளியையும், ஏழையையும், பணக்காரனையும் குடி களையும், மகாத்மாவையும் சாதாரண ஆத்மாவையும் அவ னுடைய முன் ஜன்ம கர்மத்தின்படி அல்லது ஈஸ்வரன் கண் கடாட்சப்படி உண்டாக்கினான் என்றும் சொல்லப்

படும் அயோக்கியத்தனமான சுயநலங்கொண்ட சோம்பேறி களின் கற்பனைகளையெல்லாம் வெட்டித் தகர்த்துச் சாம்ப லாக்கி எலலோருக்கும்-எல்லாம் சமம், எல்லாம் பொது என்ற நிலையை உண்டாக்கும் இயக்க சாதி, சமய, தேசச் சண்டையற்று உலக மக்கள் யாவரும் தோழர்கள் என்று சாந்தியும், ஒற்றுமையும் அளிக்கும் இயக்கம் இன்று உலக மெங்கும் தோன்றி தாண்டவமாடும் இயக்கம்.[11]

சமதர்மம் தாண்டவமாடியதை அடக்க நினைத்தது அரசு அதற்கு ஒரு காரணமாக பெரியாரின், 'இன்றைய ஆட்சி முறை ஏன் ஒழிய வேண்டும்?' என்ற தலையங்கம் பயன்பட்டது.   •

3. இன்றைய ஆக்ஷி ஏன் ஒழிய வேண்டும்?

இந்தியாவில் இன்றைய அரசாங்கமானது ஆட்சி முறையில் எவ்வளவு தூரம் பாமர மக்களுக்கு விரோதமாகவும் பணக்காரர்களுக்கு அனுகூலமாகவும் இருக்கின்றது என்கின்ற விஷயம் ஒருபுறமிருந் தாலும் நிர்வாக முறையானது ஏழைக்குடி மக்களுக்கு மிகவும் கொடுமை விளைவிக்கக் கூடியதாகவே இருந்து வருகின்றது.

அரசியல் நிர்வாகத்திற்கென்று குடிகளிடம் இருந்து வசூலிக்கப் படும் தொகைகள் 100க்கு 75 பாகம் அக்கிரமமான வழிகளிலேயே -- பெரிதும் செல்வான்களுக்குப் பயன்படும் மாதிரியிலேயே - சிலரை செல்வான்களாக்குவதற்குமே நடைபெறுகின்றன. பாமர மக்கள் - ஏழை மக்கள் ஆகியவர்களின் உழைப்பெல்லாம் வரியாகவே சர்க் காருக்கு போய் சேர்ந்துவிடுகின்றது. அந்த வரிகள் பெரிதும் சம்பள மாகவே செலவாகி வருகின்றன. இதன் பயனாய் ஒரு நல்ல ஆட்சி யினால் குடிகளுக்கு என்ன விதமான பயன்கள் ஏற்பட வேண்டுமோ அப்பலன்களில் 100க்கு 5 பாகம் கூட ஏற்படாமல் இருந்து வரு கின்றன.

பிரிட்டிஷ் அரசாங்கம் இந்தியாவுக்கு வந்து சுமார் 175 வருஷ காலமாகிய பிறகும் இன்றும் கல்வித் துறையில் 100க்கு 8 பேர்களே தான் நம்மவர்கள் படிக்கத் தெரிந்தவர்களாக இருக்கிறார்கள் என்றால் அதுவும், பெரிதும் பணக்காரர்களும் மேல்ஜாதிக்காரர்களுமே என்றால் அது நிர்வாகமானது ஏழைகளுக்குப் பயன்படும் முறையில் தனது வரிப் பணத்தைச் செலவு செய்து இருக்கின்றது என்று சொல்ல முடியுமா? என்று கேட்கின்றோம்.

ஆனால், அரசாங்கத்திற்கு வரி வருமானங்கள் மாத்திரம் நாளுக்கு நாள் விஷம் ஏறுவது போல் உயர்ந்துகொண்டே வந்திருக்கிறது.

நமக்குத் தெரியவே இந்திய வருமானம் வருஷம் ஒன்றுக்கு 75 கோடி ரூபாயாக இருந்தது. இன்று வருஷம் 1க்கு 175 கோடி ரூபாயாக ஆகியிருக்கின்றது.

இராணுவ செலவுக்கு வருஷம் 20 கோடி ரூபாயாக இருந்தது. இன்று 60 கோடியாக இருந்து வருகின்றது.

மற்ற அநேக துறைகளிலும் உத்தியோகச் செலவுகள் இது போலவே உயர்வாகி வருகின்றன.

உதாரணமாக கல்வித்துறையை எடுத்துக்கொண்டால் கல்வி இலாக்கா உத்தியோகச் செலவுகள் இது போலவே வளர்ந்திருக்கிறது. ஆனால் கல்வி பெருக்கத்தில் மாத்திரம் சென்ற 10ஆவது வருஷத்திற்கு முன் 100க்கு 7 பேராயிருந்த கல்விமான்கள் இன்று 100க்கு 8 பேராகத்தான் ஆகி இருக்கிறார்கள்; என்றால் இந்த நிர்வாகம் ஏழை மக்களுக்கும், பொது மக்களுக்கும் அனுகூலமானது என்று எப்படிச் சொல்ல முடியும்? ரூ. ஒன்றுக்கு 6 படி 7 படி சில இடங்களில் 8 படி அரிசி வீதம் கிடைக்கக் கூடிய இந்தக் காலத்தில் பி.ஏ. எம்.ஏ. படித்த மக்கள் மாதம் 15 ரூ. 20 ரூ. சப்பளம்கூட வெளியில் கிடைக்காமல் திண்டாடுகின்ற இந்தக் காலத்தில் அரசாங்க நிர்வாக உத்தியோகங்களில் ஏராளமான ஆட்களை நியமித்துக்கொண்டு அவர்களுக்கு மாதம் 100, 200, 500, 1000, 5000 வீதம் சம்பளங்களை அள்ளிக் கொடுப்பதென்றால் இப்படிப்பட்ட அரசாங்கமும் அரசாங்க நிர்வாக உத்தியோகங்களும் இந்திய பாமர ஏழை குடிமக்களைச் சுரண்டும் கூட்டுக் கொள்ளை ஸ்தாபனம் என்று சொல்ல வேண்டியதா? அல்லவா என்று கேட்கின்றோம்.

இன்றைய ஆட்சியானது அழிக்கப்பட வேண்டியது என்பதற்கு இங்க ஒரு உதாரணம் போதாதா என்றும் கேட்கின்றோம். ஆட்சி நிர்வாகம் என்பது சுத்த விளையாட்டுத்தனமாகவும், யோக்கியப் பொறுப்பற்றதனமாகவும் இருந்துவருகின்றது என்பதற்கு இதைவிட வேறு என்ன அத்தாட்சி வேண்டும். சென்னை மாகாணமானது சுமார் 20 வருஷங்களுக்கு முன்பு 2 மந்திரிகளாலேயே நிர்வாகம் செய்யப்பட்டு வந்தது யாவரும் அறிந்ததாகும். ஆனால், இப்பொழுது 7 மந்திரிகளால் நிர்வாகம் செய்யப்பட்டு வருகின்றது. இதன் பயனாய் மக்கள் அடைந்த பயன் என்ன என்பதை கவனித்தோமானால் மேலே கூறியபடி 2 மந்திரிகள் இருக்கும்போது 100க்கு 7 பேர் படித்தவர்களாய் இருந்தது. இப்பொழுது கல்விக்காக என்று ஒரு தனி மந்திரி மாதம் 5000ரூ சம்பளத்தில் ஏற்படுத்தி இந்த இலாக்காவில் 20 வருஷங்களுக்கு முன் இருந்ததைவிட 100க்கு 200 பங்கு பணம் அதிகம் செலவழித்தும் இன்றும் 100க்கு 8 பேர் படித்தவர்களாய் இருக்கிறார்கள் என்கின்ற அளவில்தான் அபிவிருத்தி

ப.திருமாவேலன்

காட்டப்படுகின்றது. ஆனால் இந்த மந்திரிப் பதவிகள் இந்தப்படி 100க்கு 350 பங்கு வளர்ந்ததற்குக் காரணம் என்ன என்று பார்ப் போமானால் ஆட்சி முறையை ஒரு திருட்டுத்தனம் போலவும் மந்திரிப் பதவிக்காரர்கள் அந்தத் திருட்டில் தங்களுக்கு ஒரு பாகம் கூட்டு கொடுக்காவிட்டால் அத்திருட்டைக் காட்டிக் கொடுத்துவிடுவோம் என்று மிரட்டி பங்கு பெற்றது போலவுதான் ஆகி இருக்கின்றதே தவிர வேறு ஒன்றுமே இல்லை.

இப்படி 100க்கு 8 வீதமான கல்வி என்பதும் செல்வான் வீட்டுப் பிள்ளைகளுக்கு மாத்திரம் கிடைக்கும்படியாகவே தான் கல்வியின் தத்துவமும், கல்வி இலாக்காவும் அமைக்கப்பட்டிருக்கின்றது.

உதாரணமாக, ஒரு பையன் எஸ்.எஸ்.எல்.சி. படித்து வெளியே வர வேண்டுமானால் மாதம் 1க்கு 5-4-0 ரூ. சம்பளம் கொடுக்க வேண்டும். அவன் புத்தகம் முதலியவைகளுக்கு மாதம் 2 ரூ. வீதம் செல்லும் ஆக மாதம் 7-4-0 ரூ. வீதம் ஒரு மாணவனுடைய படிப்புக்கு வேண்டி இருக்கிறது. இந்தத் தொகையான மாதம் 7-4-0 கூட 4,5 பேர்களைக் கொண்ட ஒரு குடும்பத்திற்கு வரும்படி இல்லாத மக்கள் நம் நாட்டில் 100க்கு 60, 70 பேர்கள் இருப்பார்கள் என்றால் இவர்கள் வீட்டுப் பிள்ளைகள் எல்லாம் எப்படி படிக்க முடியும் என்பதை யோசித்துப் பார்த்தால் கல்வி தத்துவத்தின் புரட்டும் அயோக்கியத்தனமும், சுலபத்தில் விளங்காமல் போகாது. மேற்கண்ட கல்வி செலவானது மாதம் 7-4-0 ரூ. என்பது பட்டணத்துப் பிள்ளைகளுக்குத்தானே ஒழிய, கிராமாந்திர பிள்ளை களுக்குப் பட்டினங்களுக்கு சென்று படிக்க மாதம் 17-4--0 ரூ. ஆகி விடுமென்பதை நினைத்துப் பார்த்தால் 100-இல் 1 பிள்ளையாவது குறைந்த யோக்கியதா பக்ஷப் படிப்பு என்னும் எஸ்.எஸ்.எல்.சி. படிப்பு படிக்க முடியுமா என்று கேட்கின்றோம். மக்கள் நிலை இந்தப்படி இருக்கும்போது இந்தப் படிப்பு சொல்லிக்கொடுக்கும் உபாத்தியர்களுக்கு மாதம் 75 முதல் 350 ரூ. வரை சம்பளம் கொடுப்பது என்றால் இது எவ்வளவு கொடுங்கோன்மையான நிர்வாகம் என்ப தற்கு வேறு என்ன அத்தாட்சி வேண்டும். மாதம் ஒன்றுக்கு 30 ரூ. 35 ரூ. சம்பளத்தில் வேலைக்கு வருவதற்கு 100க்கணக்கான பி.ஏ. எல்.டிக்கள் இன்று காத்துக்கொண்டிருக்கிறார்கள். அந்தப்படி பலர் அமர்த்தும் இருக்கிறார்கள். அது மாத்திரமல்லாமல், பி.ஏ. எல்.டி. படிப்பையும் பரிட்சையையும் வஞ்சகமில்லாமல் இன்னும் சிறிது தாராளமாய் விட்டால் மாதம் ஒன்றுக்கு 20 ரூபாயிலும் 25 ரூபாயிலும் கிடைக்கும்படியாக ஆயிரக்கணக்கான பி.ஏ. எல்.டி.

உபாத்தியார்களைக் காணலாம். அப்படியெல்லாம் இருக்க படிப்புக்காக மக்களிடம் இருந்து வசூலிக்கும் வரியையும் அபாரமாக்கி தனிப்பட்ட முறையில் படிப்புக்காக பெற்றோர்கள் செய்ய வேண்டிய செலவையும் அபாரமாக்கி அவ்வளவையும் உபாத்தியாளர்களும் படிப்பு இலாகா நிர்வாக உத்தியோகஸ்தர்கள் என்பவர்களை வீணாய் கொட்டிக் கொடுத்து அந்தக் கூட்டத்தைச் செல்வான்களாகவும் ராஜபோகக்காரராகவும் ஆக்குவதல்லாமல் அந்தப் படிப்பில் மக்களுக்கு பலனும் இல்லாமல் செய்து மொத்த ஜனத் தொகையில் 100க்கு 92 பேர்களை கையெழுத்துகூட போடத் தெரியாமல் தற்குறிகளாய் வைக்கப்பட்டிருக்கிறதென்றால் இந்த அக்கிரமங்களை மக்கள் எப்படித்தான் சகித்துக்கொண்டிருப்பது என்பது நமக்கு விளங்கவில்லை.

இப்படிப்பட்ட கொடுமைகளையும் அயோக்கியத் தனங்களையும் மக்கள் என்றென்றும் தெரிந்துகொள்ளாமலும், தெரிந்தாலும் சகித்துக் கொண்டும் இருக்க வேண்டும் என்பதற்காகத்தான் பள்ளிக்கூடத்தில் பிள்ளைகளுக்குக் கடவுள் செயல் பிரசாரத்தையும் ராஜபக்தி பிரசாரத்தையும் கொண்ட புஸ்தகமும் படிப்பும் கற்பிக்கப்படுகின்றது என்று தீர்மானிக்க வேண்டியதாய் இருக்கிறது.

ஆயிரம் சமாதானம் சொன்ன போதிலும் இன்றைய ஆக்ஷிமுறையும் நிர்வாக முறையும் முதலாளித் தன்மை கொண்டது என்பதிலும் இவை ஏழை மக்களுக்கு விஷம் போன்றது என்பதிலும், கண்டிப்பாக இவை அழிக்கப்பட்டே ஆக வேண்டும் என்பதிலும் நமக்குச் சிறிதும் சந்தேகமோ தயவோ தாக்ஷண்யமோ தோன்றவில்லை. ஆனால் இப்படிப்பட்ட சூழ்ச்சி ஆக்ஷித் தன்மைக்கு இந்தியாவில் இன்று தூண்கள் போல் இருந்து வருபவை முதலாளித்தன்மையும் புரோகிதத் தன்மையுமே பிரதானமாகும். அதற்கேற்ற முறையிலேயே காங்கிரசும் - காந்தீயமும் வேலை செய்து கொண்டு வந்திருக்கின்றது என்பதுடன் அதில் இருந்தால் தங்களுக்குப் பதவி கிடைக்காது எனக் கருதி வெளிவந்து அவற்றோடு போட்டிக் கொண்டு இருக்கும் மற்ற அரசியல் ஸ்தாபனங்களுக்கு நடுத் தூண்களாய் இருந்து வருகின்றன.

இந்தக் காரணத்தால் தான் நாம் காங்கிரசை அழித்தாக வேண்டும் என்றும், காந்தியத்தை ஒழித்தாக வேண்டும் என்றும் அதே தத்துவம் கொண்ட மற்ற அரசியல் கிளர்ச்சியையும் ஒழிக்க வேண்டும் என்றும் புரோகித சம்பந்தமான எந்த உணர்ச்சியையும் அடியோடு புதைத்தாக வேண்டும் என்றும் கூப்பாடு போடுகின்றோம்.

இக் கூப்பாட்டைக் கண்டு முதலாளிகளும் முதலாளிகளின் கூலிகளும் உத்தியோகவர்க்கங்களும் உருமுவதில் நமக்கு அதிசய மொன்றுமில்லை ஆனால், ஏழை மக்கள், தொழிலாளிகளின் சரீரத்தால் சதாகாலமும் பாடுபட்டு துன்பப்படும் கூலி மக்கள், முதலாளிகளுக்கும் முதலாளிகள் கூலிகளுக்கும் ஆதரவளிப்பதும் அவர்களை அண்டுவதும் நமக்கு அதிசயமாய் இருக்கிறது.

ஆகையால் வரப்போகும் தேர்தல்களில் ஏழைமக்கள், தொழிலாளிகள் ஆகியவர்கள் இவற்றை உணர்ந்து ஏமாந்து போகாமல் நடந்துகொள்வார்களாக.

(29.10.1933 - குடி அரசு, பக்கம் 10, 11)

4. பாய்ந்தது பாணம்

‘இன்றைய ஆட்சி முறை என் ஒழிய வேண்டும்?’ என்ற தலையங்கம் குடி அரசுவில் 29.10.1933இல் வெளியானது. சரியாக 13ஆவது நாள் குடி அரசுக்கு அரசு சார்பில் உத்தரவு அனுப்பப்பட்டது.

அதில் அடங்கியுள்ள வார்த்தைகள் தெளிவான குற்றச்சாட்டை முன் வைத்தது.

> கோயமுத்தூர் ஜில்லா ஈரோட்டிலிருந்து பிரசுரிக்கப்படு கின்றதும் 1931ஆம் வருஷத்திய இந்திய பத்திரிகைகள் (அவசர அதிகார) சட்டப் பிரிவுகளின்படி செக்யூரிட்டி வாங்கப்படாதது மான ‘குடி அரசு’ என்ற பெயருள்ள பத்திரிகையின் 1933 அக்டோபர் 29ஆம் தேதி இதழிலே 1932ஆம் வருஷத்திய கிரி மினல் சட்டத் திருத்தச் சட்டத்தில் (xx 111 of 1932) திருத்தப் பெற்ற சட்டத்தின் 4 வது செக்ஷன் (1) சப் செக்ஷனின் (டி) பிரிவில் விவரிக்கப்பட்ட தன்மையுள்ள வார்த்தைகள் (அதன் இங்கிலீஷ் மொழிபெயர்ப்பு ஒன்று இத்துடன் அனுப்பப்பட்டிருக்கிறது) பிரசுரிக்கப்பட்டிருப்பதாக லோக்கல் கவர்மெண்டுக்கு தெரிய வருகிறபடியால் 1931ஆம் வருஷத்திய இந்தியப் பத்திரி கைகள் (அவசர அதிகார) சட்டம் (xx III of 1932) 7ஆவது செக்ஷனில் (3) சப் செக்ஷன்படி பத்திரிகையில் பிரசுதாரராகிய எஸ்.ராமசாமி நாயக்கர் மனைவி எஸ்.ஆர்.கண்ணம்மாள். 1933 நவம்பர் 20ஆம் தேதி அல்லது அதற்கு முந்தி ரூ1000 (ஆயிரம் ரூபாய்) ரொக்கப் பணமாக அல்லது இந்திய கவர் மெண்டு செக்யூரிட்டி பாண்டுகளாக கோயமுத்தூர் ஜில்லா மாஜிஸ்டிரேட்டிடம் செக்யூரிட்டி கட்ட வேண்டும் என்று லோக்கல் கவர்மெண்டார் இதனால் அறிவிக்கின்றனர்.
>
> (கவுன்சிலின் கவர்னர் உத்தரவுப்படி) ஆக்டிஸ் சீப் செக்கரட்டரி கையெழுத்திட்ட கடிதம் அனுப்பப்பட்டது.

குடி அரசு பத்திரிகை அச்சடிக்கப்படுகிற உண்மை விளக்க அச்சுக் கூட உரிமையாளர் என்ற முறையில் கண்ணம்மாளுக்கு ரூ.1000 ஜாமீன் கேட்டு மற்றொரு உத்தரவும் அனுப்பப்பட்டது.

இந்தச் செய்தியை வெளியிட்ட பெரியார் 'குடி அரசுக்குப் பாணம்' என்ற தலைப்பில் எழுதினார். இதுவரை தன்னை விட்டு வைத்திருந்தார்களே என்று மகிழ்ச்சி தெரிவித்தார்.

> குடி அரசு பத்திரிகைக்கு இந்திய அரசாங்கம் அவசர சட்டப்படி பாணம் போட்டாய் விட்டது. அதாவது நவம்பர் மாதம் 20ஆம் தேதிக்குள் தோழர் எஸ்.ஆர். கண்ணம்மாள் உண்மை விளக்கம் அச்சுக்கூட சொந்தக்காரர் என்கின்ற முறையில் 1000 ஆயிரம் ரூபாயும், குடி அரசு பத்திரிகையின் பிரசுர கர்த்தாவாகவும் வெளியிடுவோராகவும் இருக்கிறார் என்கின்ற முறையில் 1000 ஆயிரம் ரூபாயும் ஆக 2000 ரூபாய் கோயமுத்தூர் ஜில்லா மாஜிஸ்டிரேட்டிடம் ஜாமீன் கட்ட வேண்டுமென்று நோட்டீஸ் சார்வு செய்யப்பட்டாய் விட்டது.
>
> இதைப் பற்றி நாம் வருத்தமடையவில்லை கவர்மெண்டார் மீதும் நிஷ்ரேப்படவுமில்லை. இதுவரையிலும் இப்படிச் செய்யாமல் விட்டு வைத்திருந்ததற்கு நன்றி செலுத்தவும், மகிழ்ச்சியடையவுமே கட்டுப்பட்டிருக்கிறோம்.
>
> முதலாளி வர்க்க ஆட்சியாகிய இன்றைய அரசாங்கத்தின் சட்டப்படி குடி அர ஆரம்பித்த காலம் முதல் இந்த நிமிஷம் வரை குடி அரசின் ஒவ்வொரு இதழிலும் ஒவ்வொரு வாக்கியத்திலும் கண்ட விஷயங்கள் குடி அரசைக் கொல்லத்தக்க பாணம் விடக் கூடத் தகுதியுடையவைகளே என்பதில் நமக்குச் சிறிதும் ஐயமில்லை. ஆதலால் இந்த அரசாங்கம் இது வரை விட்டு வைத்தது அதிசயமேயாகும்.
>
> குடி அரசு தோன்றி இந்த 8½ வருஷ காலமாக நாளுக்கு நாள் முற்போக்கடைந்து பணக்கார ஆதிக்க ஆட்சியை ஒழித்து சரீரத்தால் கஷ்டப்படும் ஏழை மக்கள் ஆட்சியை உண்டாக்க வேண்டும் என்கின்ற கவலை கொண்டிருக்கிறது என்பதிலும் இக்காரியம் கைகூடுவதற்கு பார்ப்பனீயம், புரோகிதம், பாதிரித் தன்மை முதலியவைகளோடு இவற்றிற்கு ஆதிக்கம் கொடுத்து வரும் எல்லா மதங்களும் ஒழிய வேண்டும் என்பதிலும் கவலையுடன் உழைத்து வந்துள்ளது என்பதில் சிறிதும் ஆட்சேபணையில்லை.

இதற்காக இக்கூட்டங்களின் யோக்கியதைகளை கண்ணாடி போல் வெளிப்படுத்தும் தொண்டை பிரதானமாய்க் கருதி அதைச் செய்து வந்திருக்கிறது என்பதையும் நாம் மறைக்க வில்லை. இனியும் அதைத்தான் முதலில் செய்யக் காத்திருக் கிறோம் என்பதையும் தைரியமாய் தெரிவித்துக்கொள்கிறோம். இந்தத் தொண்டுகள் செய்ய இடமில்லையானால் குடி அரசு பத்திரிகை இருக்க வேண்டிய அவசியமில்லை.

சிறிது காலத்துக்கு முன் நாம் தெரிவித்துக்கொண்டபடி இனி நம்மால் நமது கடமையைச் செய்ய முடியாதென்று தெரிந்தால் நாம் இருப்பதை விட இறப்பது மேல் என்பது போல், 'குடி அரசு' தன் கடமையை ஆற்ற முடியவில்லையானால் அது எதற்காக இருக்க வேண்டும்? ஆதலால் அது மறைந்து போக நேரிட்டாலும் ஆசிரியன் என்கின்ற முறையில் நமக்குக் கவலையில்லை.

ஆனால் பதிப்பாளர் என்கின்ற முறையிலும் பிரசுரகர்த்தா என்கின்ற முறையிலும் அதன் அத்திபந்த நண்பர்கள் என் கின்ற முறையிலும் சிலருக்கு 'குடி அரசு' மறைவதில் அதிகக் கவலையிருந்து வருகின்றதாக அறிகிறோம். ஜாமீன் தொகை கட்டவும் முயற்சிக்கிறார்கள். விஷயம் எப்படி முடியும் என்று முடிவு கட்ட முடியவில்லை. நமது உடல் நிலை இந்த 5, 6 மாதமாய் அதிகமாய் சீர்கெட்டுவிட்டது. மயக்கமும், மார்வலியும் அதிகம். கால்களில் நீர் ஏறி வீக்கம் கண்டிருக்கிறது. காதுகளும் சரியாய் கேட்பதில்லை. ஆதலால் எப்படி ஓய்வெடுப்பது என்று எண்ணியதுடன் இனி உயிர் வாழ்வதும் உலகுக்குப் பாரம் என்றே எண்ணினோம். இந்த நிலையில் குடி அரசு நின்று போக ஏற்பட்டால் தோழர் நாகம்மாள் மறைவு எற்பட்டது போலவே மற்றொரு விதத்தில் நமக்கு நன்மை என்றே கொள்ள வேண்டியதாகும். ஆனால் என்ன நடக்கின்றனவோ பார்ப்போம்.

நிற்க, இதன் பயனாய் 'குடி அரசு'வின் கொள்கைகள் மறைந்துவிடுமோ என்றாவது, அது இவ்வளவு நாள் செய்து வந்த வேலைகள் கெட்டுபோகுமோ என்றாவது யாரும் பயப்பட வேண்டியதில்லை.

நமது கொள்கைகள் எங்கும் வேரூன்றிவிட்டன. பிரசாரம் என்கின்ற கொடி எங்கும் பரவிவிட்டது. குடி அரசோ

ப.திருமாவேலன்

> சுயமரியாதைக்காரரோ தான் இக்கொள்கைகளைப் பரப்ப இருக்கிறார்கள் என்பதாக இனி கருத வேண்டியதில்லை. ‘குடி அரசும் சு.ம.காரரும் சொன்னதையே நாமும் திருப்பிச் சொல்ல வேண்டிய காலம் வந்துவிட்டதே என்று வெட்கப்பட்டுக் கொண்டு வேறு போர்வைக்குள் இருந்து வேறு பாஷையில் குடி அரசுக் கொள்கையைச் சொல்லவும், பிரசுரம் செய்யவும் வெகு தொண்டர்களும், தலைவர்களும் இந்தியாவெங்கும் காத்துக்கொண்டிருக்கிறார்கள். ஆதலால் அவர்களுக்கும் இது சமயம் ஒரு சந்தர்ப்பம் கொடுத்தது போலவும் ஆகும்.
>
> மற்ற பொருள்கள் பல தோழர்களைக் கலந்த பிறகு வெளியாக்கப்படும். ஆதலால் கோவை இலாகா சுயமரியாதை (ஈரோடு) மகாநாட்டிற்கு ‘குடி அரசு’ அபிமானத் தோழர்கள் எல்லோரும் அவசியம் விஜயஞ் செய்து இது விஷயமாய் ஒரு முடிவு கட்டும் விஷயத்தில் கலந்துகொள்ள வேண்டுமாக பிரத்தியேகமாய் வேண்டிக்கொள்கிறோம்.[1]

அதற்கு அடுத்த வாரம் வெளியான குடி அரசில்,[2] ‘அடுத்த வாரம் குடி அரசு பத்திரிகை வரத் தவறும் பக்ஷத்தில் வேறு பத்திரிகை வெளிவரும்’ என்று மானேஜர் அறிவித்தார்.

டிசம்பர் 20ஆம் தேதி மதியம் இரண்டு மணிக்கு காவல் துறையினர் ஈரோடு ‘புரட்சி’ இதழ் அலுவலகத்துக்கு வந்தார்கள். மூன்று சர்க்கிள் இன்ஸ்பெக்டர்கள், நான்கு சப்-இன்ஸ்பெக்டர்கள் ஆகியோருடன் பத்துக்கும் மேற்பட்ட காவலர்கள் வரும்போது அலுவலகத்தில் பெரியார் இருந்தார். அவரிடம் அரைமணி நேரம் விசாரணை நடத்திவிட்டு, ‘புரட்சி’க்காக வந்திருந்த கடிதங்களைப் புரட்டிப் பார்த்தார்கள். சந்தேகத்துக்கு இடமானதாக சந்தேகப்பட்ட 46 கடிதங்களையும் பிரஸ்-புக்கில் இருந்த மூன்று கடிதங்களையும் காவலர்கள் எடுத்துக்கொண்டார்கள்.

பிரச்சினைக்குரிய தலையங்கம் வெளியான 29.10.1933 தேதியிட்ட ‘குடி அரசு’ இதழில் சில பிரதிகளை வாங்கிக்கொண்டனர். குடி அரசு சார்பில் என்னென்ன புத்தகங்கள் வெளியிடப்படுகிறது என்ற விசாரணையும் நடந்தது. அனைத்துக்கும் பொறுமையாக பதிலளித்த பெரியார், அந்தப் புத்தகங்களையும் அவர்களுக்குக் கொடுத்தார்.

“ஈ.வெ.ரா. கிருஷ்ணசாமியின் மாளிகையைப் பார்க்க வேண்டும்” என்று கேட்ட போது, அதற்கான அடையாளத்தையும் முகவரியையும் பெரியார் கொடுத்தார். ஆனால், அவரையும் தங்களுடன் வரச்

சொன்னார்கள் காவலர்கள். அங்கு போய்விட்டு, எஸ். ஆர். கண்ணம்மாள் வீட்டுக்குச் செல்ல வேண்டும் என்று காவலர்கள் சொல்ல அங்கும் அழைத்துச் சென்றார் பெரியார். கண்ணம்மாளை காவல் நிலையத்துக்கு வாருங்கள் என்று அழைத்துச் சென்றார்கள். அங்கு சென்ற பிறகு, பெரியார், கண்ணம்மாள் ஆகிய இருவரிடமும், கம்யூனிஸ்ட் பிரசாரம் செய்ததாகவும் ராஜநிந்தனையில் ஈடுபட்ட தாகவும் இ.பி.கோ. 124 பிரிவின்படி நீங்கள் கைது செய்யப் பட்டுள்ளீர்கள் என்று அறிவிக்கப்பட்டது.

மாலை 5.30 மணி இவர்கள் இருவரையும் ஏற்றிக்கொண்டு கோவை சென்றது புகை வண்டி. மூன்று காவலர்கள் இவர்களுக்கு காவல். கோவை நகர காவல் நிலையத்தில் அன்று இரவு இவர்கள் வைக்கப்பட்டார்கள். மறுநாள் காலை கோவை மாவட்ட ஆட்சித் தலைவர் ஜி.டபிள்யூ வெல்ஸ் ஐ.சி.ஸ் முன் இருவரும் நிறுத்தப் பட்டார்கள். ஜனவரி 4 (1934) வரை காவலில் வைக்க அவர் உத்தரவிட்டார்.

4ஆம் தேதி விசாரணை தொடங்கியது. பெரியார் சார்பில் வாதாடிய வழக்கறிஞர் நஞ்சுண்டய்யா, வழக்குப் பதிவு பற்றிய ஆவணங்களைக் கேட்டு விண்ணப்பம் செய்தார். அரசு தரப்பு வழக்கை 12ஆம் தேதிக்கு ஒத்திவைக்க கேட்டுக் கொண்டது.

சிறையில் படிக்க பெரியாருக்கு வசதி ஏற்படுத்தித்தர வேண்டும் என்று வழக்கறிஞர் நஞ்சுண்டய்யா கேட்ட போது, ஏற்பாடு செய்வதாக நீதிபதி உறுதியளித்தார். பழைய குடி அரசு இதழ்களைப் பார்க்கவும், அது பற்றி விவாதிக்கவும் வசதி ஏற்படுத்தி தர வேண்டும் என்று நஞ்சுண்டய்யா கேட்டார். இது பற்றி சிறை அதிகாரியிடம் கேளுங்கள் அவர் அனுமதி தரவில்லையென்றால் என்னிடம் வாருங்கள் என்று பதிலளித்தார் நீதிபதி.

பெரியாரை சிறையில் இருந்து நீதிமன்றம் அழைத்து வரும்போது வண்டியில் அழைத்து வந்தார்கள். ஆனால் சிறைக்கு கொண்டு செல்லும் போது சுமார் ஒரு மைல் தூரம் நடத்தியே கூட்டிச் சென்றார்கள்.

12ஆம் தேதி விசாரணை நடந்தது. ப.ஜீவானந்தம் கைவல்யம், அ.பொன்னம்பலம், கோவை அய்யாமுத்து, சி.நடராஜன், எஸ். வி.லிங்கம், எஸ்.ராமநாதன், ஈ.வெ.கிருஷ்ணசாமி, எஸ்.ராமசாமி. ஏ.ஜி.ராமசாமி, வழக்கறிஞர் ஈ.வி.வேணு கோபால் ஆகியோர்

நீதிமன்றத்துக்கு வந்திருந்தார்கள். பெரியார் கண்ணம்மாள் உட்கார நாற்காலி தரப்பட்டது. அன்று பெரியார் தனது வாக்குமூலத்தைப் பதிவு செய்தார்.

பெரியார், கண்ணம்மாள் கைதை தொடர்ந்து வந்த புரட்சியில் ஈ.வெ.கிருஷ்ணசாமி ஒரு தலையங்கம் எழுதினார்.

பெரியாருக்கும் கண்ணம்மாளுக்கும் ‘ஜே’ போட்டது அத்தலை யங்கம்.

நமது தமிழ்நாட்டில் நமதியக்கத்தின் பேரால் நிறுவப்பட் டிருக்கும் சங்கங்களின் எண்ணிக்கையானது நமது பிரசுராலயத்திற்கு இதுகாறும் கிடைத்திருக்கும் தகவல்களிலிருந்து அறியக்கூடியது சுமார் நூற்றுப்பத்து என்பதாகும். நமது தோழர்கள் சிறைப்பட்ட திலிருந்து இனிமேல் ஒவ்வொரு கிராமங்கள் தோறும் நமதியக்கச் சங்கங்கள் நிறுவப்பட்டு அவைகளுக்குத் தலைமையாக ஒரு சங்கம் வேண்டும், அவைகளின் தாலுக்கா தலைநகரில் ஏற்பட வேண்டும்.

அப்படி ஏற்படுகிற தாலுக்காக்களின் தலைநகர்களில் தலைமைச் சங்கங்களாக நிறுவப்பட்டு ஒவ்வொரு சங்கங்களிலும் அங்கத் தினர்களை ஏராளமாகச் சேர்க்கப்பட்டும் பிரசாரங்களை முன்னிலும் அதிகமாக மக்களுக்கு சமதர்ம உணர்ச்சியுண்டாகும்படியாகவும் சர்க்கார் மீது எவ்வித துவேஷ உணர்ச்சி உண்டாக்காமலும் நமதியக்க உணர்ச்சியையே முன்னிலுமதிக ஊக்கங்களுடன் முன்னேறும்படி உண்டாக்குமாறு பிரசாரம் செய்துவர வேண்டும்.

அதனால் மக்களுக்குள் ஒருவித வித்தியாசமற்ற ஒற்றுமையை உண்டாக்கி அறியாமையையும் அடிமைப் புத்தியையும் மூடப் பழக்க வழக்கங்களையும் வேரோடு களையும்படியான திறன் உண்டாகும் படியும் பிரசாரங்கள் நடைபெற வேண்டியதே முக்கியமான கடமை யாகும்.

நமது கொள்கை சமதர்மமும் சமத்துவமுமானதற்கேற்றபடி நமதியக்கத்தவர்களும் ஒருவர்க்கொருவர் சமமானவர்களே யாவார்கள். நமது ஈ.வெ.ரா. உடனும் சா ரா க^{3}வுடனும் மற்றுமுள்ள இயக்கத்தவர்களும் சமமேயாவார்களாகையால் தற்போது நமதியக்கப் பிரசாரங்களிலும் மற்ற நிர்மாண வேலைத் திட்டங்களிலும் ஒரு ஈ.வெ.ரா.வும் சா ரா கவும் இல்லாதபோது நமதியக்கத்திலுள்ள அனை வர்களும் அவர்களைப் போலராகி இவர்கள் தற்போது நம்மிடை யில்லாத குறையை நிவர்த்திக்க முற்படுவார்களென்றே நம்புகிறோம்.

பெரியார், கண்ணம்மாள் கைதை 'தமிழ்நாடு', 'நகரதூதன்', 'மணிக்கொடி' ஆகிய மூன்று பத்திரிகைகள் எப்படி பார்த்தன?

'நாயக்கர் சிறைப்பட்டார்' என்று 'தமிழ்நாடு' தீட்டிய தலையங்கத்தில், 'ஐரோப்பாவில் யாத்திரை செய்து, ருஷியாவை தரிசித்ததின் பயனாக பொதுவுடைமைக் கொள்கையில் இன்று வெகு தீவிரமாக இறங்கியிருக்கின்றார். அவருக்கும் நமக்கும் மாறுபட்ட கருத்துகள் என்னிலிருப்பினும் தமக்கு நியாயமென்று பட்ட கருத்துகளை, அஞ்சாது வெளியிடுவதில் நாயக்கர் முதல் ஸ்தானம் பெற்றவரென்பதை ஒருவரும் மறுக்க முடியாது.

சமய-சமூக அரசியல் துறைகளில் நாயக்கர் செய்துள்ள தியாகமும், ஊழியமும், அவர் பட்டுள்ள கஷ்டங்களும் இத்தேசத்தினர் ஒரு நாளும் மறக்க முடியாதென்பதே நமது கருத்தாகும். பலவித துரோகங்களுக்குட்பட்டு, வயது சென்ற இக்காலத்தில் அவரை சிறைக்கனுப்பியது சர்க்காருக்கு அழகல்ல யென்றே கூறலாம். கண் மூடித்தனமான பழைய கட்சி முறைகள் முறிந்து, புதிய அரசியல் அமையப்போகும் இச் சந்திகாலத்தில், அரசாங்கத்தைத் தூஷித்ததாக ஒருவர் மீது குற்றம் சாட்டுவதும் அதற்காக ஒருவர் தண்டிப்பதும் சிறுப்பிள்ளைத்தனமேயாகும். காலதேச வர்த்தமானத்தை அறிந்து நடந்துகொள்ளும் நல்லறிவு சர்க்காருக்கு என்றுதான் உண்டாகுமோ தெரியவில்லை. ராமசாமி நாயக்கரையும் அவருக்குத் துணையாக யிருக்கும் அவருடைய சகோதரி கண்ணம்மாள் அவர்களையும் மனப்பூர்வமாக வாழ்த்துகிறோம்' என்று குறிப்பிட்டது.

'மணிக்கொடி' தனது தலையங்கத்தில், 'நாயக்கர் எதிர் வழக்காடவில்லை தாம் கொடுத்த வாக்குமூலத்தில் தமது மனோநிலையையும், லட்சியத்தையும் திடமாக வற்புறுத்தினார். கோரியுள்ள லட்சியத்தை, மக்களிடம் பரவ வேண்டுமானால் சர்க்காரோடு போராட்டம் ஏற்பட்டுத்தான் தீரும். இத்தகைய போராட்டத்தில் ஈடுபடுபவர்களை, சர்க்கார் தங்கள் சட்டத்தில் மஹிமையைக் காப்பாற்றுவதற்காக, தண்டிக்க வேண்டிவரும் சுதந்திரத்திற்காகப் போராடும், நாடுகளில் இத்தகைய நிகழ்ச்சிகள் சகாயம் ஒரு லட்சிய இயக்கம் வலுவடைவது இத்தகைய எதிர்ப்பினால்தான்.

இதில் ஒன்று கவனிக்க வேண்டியது, குற்றம் என்று சர்க்கார் சொன்னதற்குப் பொறுப்பை ஏற்றுக்கொண்டு ஸ்ரீமான் நாயக்கர் தண்டனையை மகிழ்ச்சியுடன் ஏற்றுக்கொண்டார். தைரியமும் திட உணர்ச்சியும் கொழுந்து விட்டெரியும் லட்சியமும் கொண்ட

ப.திருமாவேலன்

ஜனத் தலைவரைத் தண்டிப்பதில் சர்க்கார் அதிகாரிகளுக்கு மகிழ்ச்சி இருக்குமா? இந்த விசாரணையாலும் தீர்ப்பினாலும் சர்க்கார் கட்சி வலுத்திருக்கிறதா? நாயக்கர் லட்சியம் வலுத்திருக்கிறதா?

ஓயாத உழைப்பினால் உடல் தளர்த்திருக்கும் நாயக்கருக்கு இந்த எதிர்பாராத முறையில் கிடைத்த ஓய்வு பயனளிக்கும். ஸ்ரீநாயக்கரை ஜெயிலில் அடைத்து அவருடைய லட்சியங்களைக் கிள்ளி எறிந்து விடலாம் என்று சர்க்கார் நினைப்பார்களானால் அவர்கள் தப்பிதம் அவர்களுக்கே சீக்கிரத்தில் தெரியும் என்று எச்சரித்தது.

'நகரதூதனில்' வெளியான கட்டுரையில். "தோழர் ராமசாமிக்கு இந்த தீர்ப்பு கிடைத்தது பற்றி வெகு சந்தோஷம். ஆனால் தண்டனையைப் பற்றி மட்டும் அவருக்கு கொஞ்சம் வருத்தம். யாருக்குத்தானிருக்காது? சும்மா, காட்டில் மரத்துக்கு மரம் பறந்து-கிளைக்குக் கிளை தாவி நினைத்த நேரங்களில் பாடித் திரிந்த பறவையைப் பிடித்து கூண்டுக்குள் போட்டு அடைப்பது போல அறைக்குள்ளிட்டு அடைத்தால் எந்த மனிதன்தான் வருத்தப்பட மாட்டான்? தோழர் ராமசாமிக்கு அந்த முறையில் வருத்தம் அல்லவே அல்ல. பொசுக்கென்று ஆறு மாதம் கிடைத்தது. அதிகமாகக் கிடைக்குமென்று நம்பியிருந்தார். அந்த நம்பிக்கையை இரண்டொரு வருடம் என்று சொல்லி வந்தார். ஆனால் அது ஏமாற்றத்தில் முடிந்தது.

கைது செய்யப்பட்டது தோழர் ராமசாமிக்கு ரெட்டை சந் தோஷம். இந்த சாக்கில் உள்ளே போய்விட்டு வந்தால் ஊக்கம் ரொம்ப ஏற்படுமென்பது அவரது ஆசை. அந்த ஆசையை அனு பவிப்பதற்காகவே அவர் எதிர் வழக்காடவில்லை என்று நினைக் கிறேன். எத்தனையோ பேர்கள் எடுத்துச்சொல்லியும் எவ்வளவோ தொண்டர்கள் கெஞ்சிக் கேட்டுங்கூட இந்தத் தாடிக்காரக் கிழவன் ஒரே பிடிவாதமாய் சாதித்துவிட்டாராம். அப்பப்பா! இருந்தாலும் இந்தப் பழுத்த வயதில் இவ்வளவு பிடிவாதங் கூடாது. எதிர்வழக் காடுவதில்தான் இவ்வளவு முரட்டுத்தனமென்றால் வாக்குமூல மாவது வகையோடு கொஞ்சம் ஈனஸ்வரத்தில் கொடுத்திருக்கக் கூடாதா? 'குடி அரசு'த் தலையங்கம் ஒரு படியை தாண்டியிருந்த தென்றால் இவரது வாக்குமூலம் ஒன்பத்திரெண்டு படியையும் தாண்டியது" என்று எழுதியது.

•

5. ‘அதை நான் எழுதினேன்’

12ஆம் தேதி நடந்த விசாரணையின்போது பெரியார் சார்பாக வழக்கறிஞர் நஞ்சுண்டையாவும், கண்ணம்மாளுக்காக டி.டி.ஆர். பிள்ளை, ஈரோடு ஈ.வி.வேணுகோபாலும் வாதிட்டார்கள். அரசுத் தரப்பில் ராவ்சாகிப் கே.ராகவேந்திரராவ் வாதிட்டார்.

‘ஈ.வெ.ராமசாமி பிரபலமானவர். பத்திரிகை சட்டத்தின்படி தனது பெயரைப் பயன்படுத்தியே பத்திரிகையை வெளியிட கடமைப் பட்டிருந்தும் அப்படி வெளியிடவில்லை. இவர்தான் பத்திரிகை அதிபர் என்பதற்கு சாட்சியம் இருக்கிறது’ என்று கூறினார் ராக வேந்திராவ்.

காவல்துறை ஆய்வாளர் வி.ரங்கசாமி அய்யர் சாட்சியாக விசாரிக்கப்பட்டார். ‘நான் கோவை மாவட்டத்தில் காவல்துறை ஆய்வாளராக இருக்கிறேன். இந்த வழக்கு தொடர்பான புகாரைத் தாக்கல் செய்யும்படி போலீஸ் இன்ஸ்பெக்டர் ஜெனரல் எனக்கு உத்தரவிட்டார். எனக்கு ஈ.வெ.ரா.வின் கையெழுத்து தெரியும். அவர் அலுவலகத்தில் சோதனை செய்த போது கையெழுத்துப் போட்டு இருக்கிறார்.

நான் குடி அரசுப் பத்திரிகையைத் தொடர்ச்சியாக வாசிக்கக் கூடியவன் அல்ல. 23.3.1933, 16.7.1933, 12.11.1933 ஆகிய தேதிகளில் வெளியான ‘குடி அரசு’ இதழ்களை இந்த வழக்கு தொடர்பாக வாசித்தேன். வழக்குக்குத் தொடர்புடையவை ஏதேனும் அந்த இதழ்களில் இருக்கிறதா என்று வாசித்தேன். 1932-33ஆம் ஆண்டுகளில் வெளியான இதழ்களை நான் வாசித்தேன்.

சட்டமறுப்பு இயக்கத்தையோ, அரசாங்கத்தையோ குடி அரசு ஆதரித்து எழுதியதைப் படித்ததாக ஞாபகம் இல்லை. காந்தி அடிகளின் தத்துவங்களையும், காங்கிரஸில் கொள்கைகளையும் கண்டித்து எழுதியிருக்கிறார்கள்’ என்று வி. ரங்கசாமி அய்யர் கூறினார்.

அரசின் தமிழ்மொழி பெயர்ப்பாளரான ராவ்சாகிப் சரவண முதலி யாரை விசாரித்த போது, ‘நான் இந்த வேலையில் 17 ஆண்டுகளாக

இருக்கிறேன். 'குடி அரசு' தலையங்கத்தை நான் ஆங்கிலத்தில் மொழிபெயர்த்தேன். தலையங்கத்தின் சில பகுதிகளை நான் சேர்க்கவில்லை. குறிப்பாக காந்தி, காங்கிரஸ் பற்றிய செய்திகளை சேர்க்கவில்லை. இந்த மொழிபெயர்ப்பு சரியானதல்ல என்று கூற முடியாது. 'குடி அரசு'வின் தலையங்கம் அரசின் கல்வித் துறையைப் பற்றி எழுதப்பட்டிருக்கிறது. இத்துறையில் மக்களின் நன்மைக்குத் தகுந்தவாறு சில செயல்கள் செய்யப்படவில்லையென்று கூறப்பட்டுள்ளது' என்றார். இத்தலையங்கத்தை வாசிக்கச் சொன்னார்கள் அதை சரவண முதலியார் வாசித்தார்.

'சரியான வேட்பாளர்களைத் தேர்ந்தெடுத்து அனுப்பும்படி வாக்காளர்கள் கேட்டுக்கொள்ளப்பட்டிருக்கிறார்கள். இதுதான் நான் இத்தலையங்கத்திலிருந்து புரிந்துகொள்வது' என்ற சரவண முதலியாரிடம், கண்ணம்மாளின் வழக்கறிஞர், 'இத்தலையங்கம் ஆங்கில அரசாங்கத்தை கண்டனம் செய்கிறதா?' என்று கேட்டார். 'அது என்னால் சொல்ல முடியாது' என்றார் சரவண முதலியார்.

ஈரோடு காவல்துறை ஆய்வாளர் சுத்து ஐயர் விசாரிக்கப்பட்டார். 'ஜில்லா மாஜிஸ்திரேட் நீதிமன்றத்திலிருந்து எனக்கு உத்தரவு பிறப்பிக்கப்பட்டதை வைத்து குடி அரசு அலுவலகத்தை சோதனை செய்தேன். சில கடிதங்களைக் கைப்பற்றினேன். இப்பத்திரிகையின் ஆசிரியர் ஈ.வெ.ரா.தானா என்பதை நிரூபிக்க இந்த விசாரணை செய்யப்பட்டது. இப்பத்திரிக்கையை நிறையப் பேர் படிக்கிறார்கள்' என்று கூறினார் சுத்து ஐயர்.

இவர்களை கண்ணம்மாளின் வழக்கறிஞர் குறுக்கு விசாரணை செய்தார். ஈ.வெ.ரா. தனது வழக்கறிஞரிடம் குறுக்கு விசாரணை எதுவும் செய்ய வேண்டாம் என்று கேட்டுக்கொண்டதால் நஞ்சுண்டையா எதுவும் விசாரனை செய்யவில்லை.

சாட்சி விசாரணை முடிந்த பிறகு பெரியார் ஒரு அறிக்கையைத் தாக்கல் செய்தார்.

1. என் பேரில் இப்போது கொண்டுவரப்பட்டிருக்கும் வழக்குக்கு ஆதாரமே கிடையாது.

2. வழக்கு அஸ்திவாரமான 29.10.1933ஆம் தேதி 'குடி அரசி'ன் தலையங்கத்தை இப்போது பலதரம் படித்துப் பார்த்தேன். அதை நான் எழுதினேன் என்பதை ஒப்புக்கொள்கிறேன்.

3. அதில் எழுதப்பட்டிருக்கும் விஷயங்களுக்காவது வாக்கியங் களுக்காவது. இராஜ துவேஷக் குற்றம் சாட்டப்படுமானால் இன்றைய அரசாங்க முறை முதலியவைகளைப் பற்றி ஆராய்ச்சி செய்து குறைகளை எடுத்துச் சொல்லவோ, அவற்றால் மக்களுக்கு ஏற்படக் கூடிய கஷ்டங்களை விலக்கப் பரிகாரம் தேட ஏற்பாடு செய்யவோ யாருக்கும் சுதந்திரம் கிடையாது என்றுதான் முடிவு செய்யப் பட்டதாகும்.

4 என்ன காரணத்தைக் கொண்டு என்மேல் ஆதாரமற்ற இந்தப் பிராது தொடரப்பட்டிருக்கிறது என்று யோசித்துப்பார்த்தால், என் னுடைய சமதர்ம பிரச்சாரத்தை நிறுத்திவிடச் செய்வதற்காக முதலாளி வர்க்கமோ அல்லது மதசம்பிரதாயக்காரர்களோ செய்த சூழ்ச்சி இருக்க வேண்டுமென்ற முடிவுக்குத்தான் வர வேண்டியிருக்கிறது. வியாசத்தின் விஷயத்திலாவது பதங்களிலாவது, நோக்கத்திலாவது காட்டப்பட்ட குற்றத்தின் அமைப்பே கிடையாது.

5 முக்கியமாய் அதில் சொல்லப்பட்ட விஷயம் எல்லாம் - கல்வி இலாகாவின் சம்பளங்கள் அதிகமென்றும், பிள்ளைகளுக்குக் கல்விச் செலவு அதிகமென்றும் அதற்கேற்ற பயன் விளைவதில்லை என்றும். ஏழைகளுக்குக் கல்வி பரவ சவுகாரியம் இல்லை என்றும் இப்படிப்பட்ட முறையால் இலாபம் பெறும் பணக்காரர்களும் அதிகார வர்க்கத்தாரும், உத்தியோகஸ்தர்களும் சொல்லுவதைக் கேட்டு ஏமாந்து போகாமல், வரப்போகும் (சீர்திருத்த) எலெக்ஷன்களில் ஜாக்கிரதையாய் நடந்துகொள்ள வேண்டுமென்று ஏழை பொது ஜனங்களுக்கு எடுத்துக்காட்டியதேயாகும்.

6. நான் 7,8 வருஷ காலமாய்ச் சுயமரியாதை இயக்க சமதர்ம பிரச்சாரம் செய்துவருகிறேன். சமூக வாழ்விலும் பொருளாதாரத்திலும் மக்கள் யாவரும் சமத்துவமாக வாழ வேண்டுமென்பது அப் பிரசாரத்தின் முக்கிய தத்துவமாகும்.

7. நாட்டில் உற்பத்தியாகும் பொருள்களை நாட்டு மக்கள் யாவரும் சமமாய் அனுபவிக்க வேண்டுமென்பது அவ்வுற்பத்திக்காகச் செய்யப் பட வேண்டிய தொழில்களில் நாட்டு மக்கள் எல்லோரும் சக்திக்குத் தக்கப்படி பாடுபட வேண்டுமென்பது அத்தத்துவத்தின் கருத்தாகும்.

8. அவ்வியக்க இலட்சியத்திலோ வேலைத் திட்டத்திலோ, பிரசாரத் திலோ அதற்காக நடைபெறும் ‘குடி அரசு’ப் பத்திரிகையிலோ பலாத்காரம் துவேஷம், இம்சை இடம் பெற்றிருக்கவில்லை. எந்த

விதத்திலாவது அவை நமது நாட்டில் இடம் பெறுவது என்பதும் எனக்கு இஷ்டமான காரியம் அன்று.

9. இதற்கு அத்தாட்சி வேண்டுமானால், பல வருஷங்களாக இரகசியப் போலிஸ் இலாக்கா சுருக்கெழுத்து அறிக்கைக்காரர்கள் எனது பிரசங்கத்தை விடாமல் குறித்து வைத்திருக்கும் அறிக்கை களையும் சுமார் 10 வருஷத்தில் 'குடி அரசு'ப் பத்திரிகையின் வியாசங்களையும் சர்க்கார் கவனித்து வந்தும் என்மேல் இத்தகைய வழக்கு இதற்கு முன் ஏற்படுத்தியதில்லை என்பதே போதும்.

10. அரசாங்கமானது முதலாளித்தன்மை கொண்டதாய் இருப் பதால் அது இத்தகைய சமதர்ம பிரச்சாரம் செய்யும் என்னையும், எப்படியாவது அடக்க வேண்டுமென்று முயற்சி எடுத்துக்கொண் டிருப்பதில் அதிசயமில்லை. தற்கால அரசாங்க ஆட்சியில் பங்கு பெற்று போக போக்கியமும் பதவியும் அதிகாரமும் அடைந்து வரும் பணக்காரர்களும் மற்றும் மதம், சாதி, படிப்பு என்கிற சலுகைகளைக் கொண்டு முதலாளிகளைப் போலவே வாழ்க்கை நடத்துகின்றவர் களும் இப்படிப்பட்ட அரசாங்கத்திற்கு நேர்முகமாகவும் மறைமுக மாகவும் உதவி செய்து தீர வேண்டியவர்களாய் இருப்பதால் அவர் களும் இம்முயற்சிக்கு அனுகூலமாய் இருப்பதில் அதிசயமில்லை.

11. பல நூற்றாண்டுகளாக உலக வாழ்க்கையில் கடவுள் செயல் என்றும், இயற்கை என்றும் கருதும்படியாகச் செய்து நிலைநிறுத்தப் பட்டு நடைபெற்று வரும் சமூக அமைப்பையும், பொருளாதார முறையையும் மாற்றுவது என்பது சிலருக்கு இஷ்டப்படாத காரியமாய் இருந்தாலும் – அவற்றை மாற்றி அமைத்தாலொழிய மக்கள் வாழ்க்கையிலுள்ள அனேக கஷ்டங்களும், குறைகளும் நிவர்த்தியாகி சவுக்கியமாகவும் திருப்தியாகவும் வாழ முடியாதென்பது எனது உறுதி.

12. இப்படிப்பட்ட ஒரு மாறுதல் உண்டாக ஆசைப்படுவதும் அதற்காக பலாத்காரம், துவேஷம், இம்சை ஆகியவைகள் இல்லாமல் பிரச்சாரம் செய்வதும் குற்றமாகாது.

13. ஏதாவது ஒரு கொள்கைக்குப் பிரச்சாரம் பரவ வேண்டு மானால் அக்கொள்கையில், நம்பிக்கை கொண்டவர்கள் அக்கொள் கைக்கு இடையூறு செய்பவர்களால் அடக்குமுறைக்கு ஆளாக வேண்டியதும் அவசியமேயாகும். அதற்காக நாமே வலுவில் போய்க் கஷ்டத்தைக் கோரி எடுத்துக்கொள்ளக் கூடாது; என்றாலும் தானாகவே ஏற்பட்ட ஒரு நல்ல சந்தர்ப்பத்தை யாரும் இழந்து விடக் கூடாது

இந்தப் பிரச்சாரத்தைத் தடுக்க வேண்டுமென்று கருதி இந்த வழக்கைக் கொண்டு வந்திருக்கிறார்கள். ஆதலால், அவர்கள் எப்படியாவது எனது வியாசத்தில் துவேஷம், வெறுப்பு, பலாத்காரம் முதலியவைகள் இருப்பதாகக் கற்பனை செய்து தீர வேண்டியவர்கள் ஆகிவிட்டார்கள். அந்தப்படி செய்யப்படும் கற்பனைகளால் நான் தண்டிக்கப்பட்டாலும் - பொதுவாக என்மீது நம்பிக்கையும் நல்லெண்ணமும் உடையவர்களும், சிறப்பாக எனது கூட்டு வேலைக் கார தோழர்களும், தப்பான அபிப்பிராயம் கொள்ளக் கூடுமாதலால் அப்படிப்பட்ட கற்பனைகளை மறுத்து உண்மையை விளக்கிவிட வேண்டுமென்றே இந்த ஸ்டேட்மெண்டைக் கொடுக்கக் கடமைப் பட்டவனாவேன்.

14. இதனால் பொது ஜனங்களுடைய கவனிப்பு இன்னும் அதிக மாவதோடு அவர்களது ஆதரவும் பெற நேர்ந்து கிளர்ச்சிக்குப் பலமேற்படக் கூடுமாதலால் என்மீது சுமத்தப்பட்ட இந்த வழக்கில் ஒரு ஸ்டேட்மெண்டை மாத்திரம் கொடுத்துவிட்டு எதிர் வழக் காடாமல் இப்போது கிடைக்கப்போகும் தண்டனையை மகிழ்ச்சி யோடு வரவேற்கின்றேன்.

பெரியாரின் இந்த வாக்குமூலத்துக்கு பிறகு வழக்கு விசாரணை 15, 16, 17 தேதிகளில் தொடர்ந்து நடந்தது.

கண்ணம்மாளின் வழக்கறிஞர் டி.டி.ஆர். பிள்ளை வாதிடும் போது, “இந்த தலையங்கம் ராஜ நிந்தனையை கற்பிக்கவில்லை பள்ளிக்கூடங்களில் படிக்கும் மாணவர்களுக்கு சிறு வயதிலேயே மதத்தைப் பற்றியும் கடவுளைப் பற்றியும் அதிகமாகக் கற்பிப்பதால் அவர்களுக்கு மற்ற செய்திகளைத் தெரிந்துகொள்ள வாய்ப்பில்லாமல் போய்விடுகிறதென்ற கருத்துடன் இத்தலையங்கம் எழுதப்பட்டது. கல்வித் துறைக்கு செலவழிக்கப்படும் பணத்திற்குத் தகுந்தவாறு அதற் கான பிரதிபலன் இல்லை என்ற வருத்தத்தினால் இத்தலையங்கம் எழுதப்பட்டது. காங்கிரசும், காந்தியும் - ஏழை மக்களின் நன்மைக் காகப் பாடுபடத் தவறிவிட்டார்கள். அவர்கள் முதலாளி வர்க்கத் தினரை ஆதரிப்பவர்களாகவே இருக்கிறார்கள்.

சட்டசபைகளை புறக்கணிக்க வேண்டும் என்று காங்கிரஸ் முடி வெடுத்தபோது, இதிலிருந்து முரண்பட்டு பலர் வெளியேறினார்கள். இவர்கள் பல கட்சிகளை ஏற்படுத்தி அதன் மூலம் சட்டசபைக்கு தேர்ந்தெடுக்கப்பட்டு போனார்கள். இவர்களும் ஏழை மக்களின் நன்மையை மறந்துவிட்டார்கள். எனவே தான் அரசியல் கட்சிகள் பற்றி இத்தலையங்கத்தில் கூறப்பட்டது.

இதையெல்லாம் சொல்வதற்கு பத்திரிகைகளுக்கு உரிமை உள்ளது. மக்களின் ஆதரவு பல வழிகளில் விரிவுபட்டு வரும் இக்காலத்தில், இந்தியாவுக்குப் பல சீர்திருத்தங்கள் வந்தாக வேண்டும் என்று பெரிய அறிஞர்கள் சொல்லி வரும் இக்காலத்தில், வரப்போகும் தேர்தலில் ஏழைகள் பால் நன்மை கொண்டு உழைக்கும் மனிதர்களை சட்டசபைக்கு அனுப்ப வேண்டும் என்ற நோக்கத்துடன் இத்தலையங்கம் எழுதப்பட்டது.

"தேர்தல்களில் பணக்காரர்கள் நின்று வெற்றி பெறுகிறார்கள். ஏழைகள் சட்டசபைக்குள் போக முடியவில்லை. எனவே, எந்தவித மனவேறுபாட்டையும், காழ்ப்புணர்ச்சியையும் விதைக்க இத்தலையங்கம் எழுதப்படவில்லை" என்று வாதிட்டார். விசாரணை 20, 22ஆம் தேதியும் நடந்தது ஜனவரி 24ம் தேதி தீர்ப்பு வழங்கப்பட்டது.

"ஈ.வெ.ராமசாமி நாயக்கர், எஸ்.ஆர்.கண்ணம்மாள் ஆகியோர் முதல் மற்றும் இரண்டாவது குற்றவாளிகளாக உள்ளனர்.

'இன்றைய ஆட்சி என் ஒழிய வேண்டும்?' என்ற தலைப்புள்ள தலையங்கத்தை வெளியிட்டதற்காக கோயமுத்தூர் ஜில்லாவில் இன்ஸ்பெக்டராக இருக்கும் வி.ரங்கசாமி ஐயரால் வழக்கு தொடுக்கப்பட்டுள்ளது. மன்னர் பிரானுக்கு அல்லது பிரிட்டிஷ் இந்தியாவில் சட்டபூர்வமாக அமைக்கப்பட்டுள்ள அரசாங்கத்திற்கு விரோதமாக பகைமையை அல்லது இகழ்ச்சியை உண்டாக்குகின்ற, அல்லது உண்டாக்க முயற்சிக்கின்ற, அல்லது அவர்கள் மீது வெறுப்பைத் தூண்டிவிடுகிற அல்லது தூண்டிவிட முயற்சிக்கிற வார்த்தைகளும் தொடர்களும் மேற்குறிப்பிட்ட தலையங்கத்தில் அடங்கியிருப்பதாகவும் அதனால் குற்றம் சாட்டப்பட்ட இருவரும் இந்தியன் பீனல் கோடு 124ஏ பிரிவின்படி தண்டிக்கப்படக்கூடிய ஒரு குற்றத்தைச் செய்திருப்பதாகவும் வழக்கில் கூறப்பட்டிருக்கிறது.

ஈ.வெ.ராமசாமி நாயக்கர் தமிழில் ஒரு அறிக்கையை எழுதித் தாக்கல் செய்திருக்கிறார், எஸ்.ஆர். கண்ணம்மாளும் ஒரு அறிக்கையை தாக்கல் செய்திருக்கிறார். குற்றம் சாட்டப்பட்ட இவர்கள் அரசுத் தரப்பின் சாட்சிகளில் யாரையாவது குறுக்கு விசாரணை செய்யவாவது அல்லது எதிர் வாதத்துக்காக சாட்சிகளை விசாரிக்கவாவது விரும்பவில்லை.

அரசுத் தரப்பில் செய்யப்பட்ட தலையங்க மொழிபெயர்ப்பு சரியானதல்ல என்று வாதம் வைக்கப்பட்டது. நான் இத்தலையங்கத்தின்

வாக்கியங்கள் எனது நீதிமன்ற உதவியாளரின் உதவியைக் கொண்டும், ஒரு அகராதியின் உதவியைக் கொண்டும் ஆராய்ந்து பார்த்தேன். இம்மொழிபெயர்ப்பு மிகைப்படக் கூறும் மொழிபெயர்ப்பில்லை என்பது எனது கருத்தாகும்.

அத்தலையங்கம் அரசின் ஒரு துறையை மட்டும் கண்டிக்கிற தலையங்கம் என்று சொல்வதை ஒப்புக்கொள்ளக்கூடிய எதிர்வாதமாக நான் கருதவில்லை. சென்னை அரசாங்கம் ஒரே அமைப்புதான் அதில் ஒரு பாகத்தைக் கண்டிப்பது, அரசாங்கம் முழுவதையுமே கண்டிப்பதற்கு சமம் என்று நான் கருதுகிறேன்.

வரிகள் அதிகரித்துவிட்டதென்றும், அதனால் ஏற்பட்ட நன்மைகள் அந்த வரி அதிகரிப்பதற்கு சமமாக இல்லையென்றோ அல்லது அந்த நன்மைகள் சரியானபடி பகிர்ந்துகொடுக்கப்படவில்லையென்றோ, சொல்வதற்கும், வரிபணத்தைச் சரியானபடி செலவழிக்கும்படி செய்யத்தக்க ஆட்களைத் தேர்தலில் தேர்ந்தெடுத்து அனுப்புமாறு பொதுமக்களை வற்புறுத்துவதற்கும் ஒரு பத்திரிகை ஆசிரியருக்கு அல்லது ஒரு தனிமனிதனுக்கு உரிமை உண்டென்பதில் சந்தேக மில்லை.

ஏழை மக்கள் கவனிக்கப்படவில்லை அல்லது அவர்களின் உரிமைகள் தொடர்பாக ஏமாற்றப்படுகிறார்கள், வரிப்பணத்தில் ஏற் படுகிற நன்மையெல்லாம் பணக்கார வகுப்பாருக்கே கிடைக் கின்றன என்பதுதான் அத்தலையங்கத்தின் உட்பொருள். அப்படி பணக்காரர்களுக்குத்தான் எல்லா நன்மைகளும் கிடைக்கின்றன என்பதையும், தேர்தல்களில் சரியான முறையை கடைப்பிடித்து அதை சரிப்படுத்த வேண்டும் என்பதையும் 124-ஏ பிரிவின்படி குற்றம் ஏற்படாமல் எழுதியிருக்கலாம். ஆனால், அந்தத் தலையங்கத்திலோ மோசடி அயோக்கியத்தனம், பாமர மக்களின் இன்ப வாழ்க்கை பற்றி கவனக்குறைவு போன்ற குற்றச்சாட்டுகள் ஒன்றன் பின் ஒன்றாகக் காணப்படுகின்றன.

கீழ் நாட்டு பேச்சு வழக்கத்துக்கும், டாம்பீக மொழி நடைக்கும் கழிவு தள்ள வேண்டும் என்கிற வாதத்துக்கு இடமேயில்லை என்று எண்ணுகிறேன். முதலாவது எதிரி ஈ.வெ.ரா. சில வருடங்களாக தமிழிலேயே எழுதி வந்திருப்பதால் தமிழ் வார்த்தைகளின் பொருளை நன்றாக அறிந்த ஒரு ஆளாக இருக்க வேண்டும். நன்றாக படித்த ஒருவர் அந்தத் தலையங்கத்தைப் படித்தால், அதை எழுதியவர் கல்வி முறையைக் குறித்து மாறுபாடு கொண்டிருப்பதாகத் தெரிந்துகொண்டு

அவர் தமது கருத்துகளை அவ்வித மொழி நடையில் வெளியிடுவதற்கு ஏன் இடங் கொடுக்க வேண்டும் என்று ஆச்சரியப்படலாம். குறைந்த படிப்புள்ள ஒருவர் படித்துப் பார்த்தாலும் அதே முடிவுக்கு வரலாம். அந்தத் தலையங்கத்தில் பயன்படுத்தப்பட்ட வார்த்தைகளின் தெளி வான பொருள்படியே தான் அரசின் நடத்தையும் நோக்கங்களும் இருக்கின்றன என்ற நம்பிக்கை அவருக்கு ஏற்படக் கூடும்.

முதலாவது எதிரியான அவர் எழுதியிருப்பதன் தெளிவான பொருளை மறுக்க முடியாது என்று கருதுகிறேன். இரண்டாவது எதிரி (கண்ணம்மாள்) விருப்பப்பட்டு அத்தலையங்கத்தை அச்சிட்டு வெளி யிட்டவராக இருப்பதால் அதை முழு உத்திரவாதத்துடனே அச்சிட்டு பிரசுரித்ததாகவே தீர்மானிக்க வேண்டியிருக்கிறது. அந்தத் தலை யங்கத்தை பிரிட்டிஷ் இந்தியாவில் சட்டபூர்வமாக அமைக்கப் பட்டுள்ள சென்னை அரசாங்கத்துக்கு விரோதமாக இந்தியன் பீனல் கோடு 124ஏ பிரிவில் விவரிக்கப்பட்டுள்ள உணர்ச்சிகளையும், மனப்பான்மையும் தூண்டி விடும் ஒரு முயற்சி என்று தீர்மானிக்க வேண்டியிருக்கிறது.

ஆகையால் குற்றஞ்சாட்டப்பட்டப் பெற்றவர்கள் ஒவ்வொரு வரும் அந்தப் பிரிவின்படி தண்டிக்கப்படத்தக்க ஒரு குற்றத்தைச் செய்திருப்பவராக நான் தீர்மானிக்கிறேன்.

முதலாவது குற்றம்சாட்டப்பட்டவரான ஈ.வெ.ராமசாமி ஆறுமாத வெறுங்காவலும் 300 ரூபாய் அபராதமும் தண்டனை விதிக் கிறேன். “அபராதம் செலுத்தத் தவறினால் அவர் மேலும் ஒரு மாதம் தண்டனை அனுபவிக்க வேண்டும். இரண்டாவது குற்றம் சாட்டப்பட்டவரான கண்ணம்மாளுக்கு மூன்று மாத வெறுங்காவலும் 300 ரூபாய் அபராதமும் தண்டனை விதிக்கிறேன். அபராதம் செலுத்த தவறினால் அவர் மேலும் ஒரு மாதம் தண்டனை அனுபவிக்க வேண்டும்” என்று தீர்ப்பளித்தார் ஜி.டபிள்யூ. வெல்ஸ். •

6. 'காரணம் ரொம்பவும் சப்பை'

எஸ்.ஆர்.கண்ணம்மாள் மேல்முறையீடு செய்த வழக்கு சென்னை உயர்நீதிமன்ற நீதிபதி கே.பி. லட்சுமணராவ் முன் விசாரணை செய்யப்பட்டது. பெரியார் மேல்முறையீடும் செய்ய வில்லை ஜாமீனும் கேட்கவில்லை.

'இன்றைய ஆட்சி ஏன் ஒழிய வேண்டும்?' என்ற தலையங்கம் ராஜநிந்தனை கொண்டது தான் என்றும் இதற்காக கோவை நீதி மன்றம் அளித்த தீர்ப்பு சரியானது தான் என்றும் உறுதி செய்த நீதிபதி, இதுவரை பெரியாரும் கண்ணம்மாளும் இருந்த சிறைத் தண்டனையே போதும் என்று கூறி விடுதலையும் செய்தார்.[1]

மே 15ஆம் நாள் ராஜ மகேந்திரம் சிறையிலிருந்து விடுதலையாகி சென்னை வழியாக ஈரோடு வந்து சேர்ந்தார் பெரியார்.

அரக்கோணம், காட்பாடி, ஜோலார் பேட்டை, சேலம் புகைவண்டி நிலையங்களில் சுயமரியாதை இயக்கத்தவர் அவருக்கு வரவேற்பு கொடுத்தார்கள்.

இது பற்றி 'புரட்சி' இதழில், ராஜமகேந்திரம் ஜெயிலில் வெயில் கொடுமையில் சிறிது கருத்தும் இளைத்தும் போயிருக்கிறார். ஆனால், உடல் ஆரோக்கியமாக இருப்பதாக நினைத்துக்கொண்டிருக்கிறார். சமீபத்தில் வெயில் கொடுமைக்காக எங்காவது குளிர்ச்சியான இடத் துக்குப் போகக் கருதியிருக்கிறார் என்று குறிப்பு வந்துள்ளது.

நீலகிரி மெயிலில் ஈரோடு வந்த பெரியாருக்கு அன்று மாலையே சுயமரியாதை வாலிபர் சங்கத்தில் பாராட்டு கூட்டம் நடந்தது. தோழர் அன்னபூரணி தலைமை தாங்கினார். டாக்டர் கிருஷ்ணசாமி, அ.ரத்தினசபாபதி, ஈஸ்வரர், ராஜம்மாள் முதலானவர்கள் பேசி னார்கள். முஸ்லிம் இளைஞர்கள் சார்பாக டி.கே.பாப்ஜான் பாராட்டி வாழ்த்து மடல் வாசித்து கொடுத்தார்

நான் சிறை வாசம் சென்றுவிட்டு வந்ததைப் பாராட்டு வதற்காக என்று இக்கூட்டம் கூட்டப்பட்டு என்னைப் பற்றி பலர் பலவிதமாகப் புகழ்ந்து பேசி இருக்கிறார்கள். இது ஒரு

ப.திருமாவேலன்

வித பழக்கவழக்கத்தை அனுசரித்திருப்பதாக மாத்திரம் என நான் கருதுகிறேனே ஒழிய இதில் ஏதாவது நல்ல பொருள் இருப்பதாக நான் கருதவில்லை. முதலாவதாக இப்பொழுது நான் மற்றவர்களைப் போல் சிறை செல்ல வேண்டுமென்று கருதி நானாக சிறைக்குப் போகவில்லை. ஆனால், சிறைக்குப் போகக் கூடிய சந்தர்ப்பம் ஏற்பட்டால், அதற்காக பயந்து பின்வாங்காமல் அதையும் ஒரு நன்மையாகவே பயன்படுத்திக் கொள்ளலாமென்பதைக் காட்டுவதற்காகவே நான் செல்ல நேர்ந்தது.

அதாவது குடி அரசு பத்திரிகையில் என்னால் எழுதப் பட்ட ஒரு சாதாரணமானதும், சப்பையானதுமான வியாசத்திற் காகத்தான் நான் சிறைக்குப் போக நேரிட்டதே தவிர, மற்றபடி செய்யத் தக்க ஒரு சரியான காரியம் செய்துவிட்டு சிறைக்குப் போகவில்லை. சர்க்கார் இந்தக் 'குடி அரசு' பத்திரிகையின் பழைய இதழ்களைப் புரட்டிப் பார்த்தால் என்னை வருடக் கணக்காய் தண்டிக்கக் கூடியதும், நாடு கடத்தக் கூடியதுமான வியாசங்கள் நூற்றுக்கணக்காக தென்படலாம். ஆனால், அவர்கள் அந்தக் காலத்திலெல்லாம் கவனித்ததாக எனக்குத் தெரியவில்லை.

அவர்கள் ஏன் கவனிக்கவில்லை என்பதை இப்போது நான் கவனித்துப்பார்த்தால் காங்கிரஸுக்கு பாமர ஜனங்க ளிடத்தில் இருந்த செல்வாக்கின் பயனாய் நமது வியாசங்களை பொதுஜனங்கள் லட்சியம் செய்ய மாட்டார்கள் என்கிற தைரியத்தால் சர்க்கார் அப்பொழுது சும்மா இருந்தார்கள் என்று தோன்றுகிறது.

ஆனால், இப்பொழுது இப்படிப்பட்ட சிறிய வியாசங ்களையும் கண்டு, இவ்வளவு வல்லமை பொருந்திய சர்க்கார் பயப்படும்படியான நிலைமை ஏற்பட்டுவிட்டதென்பது நன்றாய்த் தெரிகிறது.

இதிலிருந்து நாம் என்ன நினைக்க வேண்டி இருக்கிற தென்றால் நமது அபிப்பிராயத்தை மக்கள் மதிக்க ஆரம்பித்து விட்டார்கள் என்றும் சுயமரியாதைக் கொள்கையை ஜனங்கள் ஆதரிக்கிறார்கள் என்றும் சர்க்கார் இப்போது உணர்வதாகத் தெரிகிறது. மற்றும் பல புதிய புதிய தீவிரக் கொள்கைகளையும் ஜனங்கள் வரவேற்கிறார்கள் என்பதும் தெரிகிறது.

இப்பொழுதுள்ள நிலையில் ஜெயிலில் அதிக கஷ்டமில்லை. முன்பு சிறிது கஷ்டம் இருந்தது உண்மைதான். 1921ஆம் வருடத்தில் நானும், இங்குள்ள தோழர்கள் ஈஸ்வரன், ஜெயா முதலியவர்கள் கைதியாக்கப்பட்டபோது, கையில் சூட்டை போடுவதும், துன்பப்படுத்துவதுமான தொல்லைகள் மிகுந்திருந்தன. அந்தக் காலத்தில் பட்ட கஷ்டங்கள் இப்பொழுதொன்றுமில்லை. அப்பொழுது இங்குள்ள தோழர் ஜெயாவை ஜெயிலிலிருந்து வண்டியில் போட்டு வெளியில் அழைத்து வரப்பட்டது. உயிர் பிழைப்பாரோ என்றுகூட சந்தேகிக்கப்பட்டது. இப்பொழுது ஜெயிலில் கஷ்டமில்லை என்பதோடு, என் போன்றவர்கள் அங்கு வெகு மரியாதையாக சாமி, பாபுஜி என்று உள்ளிருப்பவர்களாலும் அழைக்கப்படுவதோடு கூட ஜெயில் அதிகாரிகள் பயந்து நடுங்கும் படியான நிலைமையிலேயும் இருக்கிறது. என்னைப் பொறுத்தவரையில் நான் பி. வகுப்பில் இருந்தாலும் எனக்கு வெண்ணையும், பாலும் பழமும் சில சமயங்களில் மாமிசமும் கிடைத்து வந்தது. அது போல் இங்கு எனக்கு வீட்டில் கூட திரேக நிலைமைக்கு ஏற்ற சாப்பாடு கிடைக்க மாட்டாது. வெயிலின் கொடுமைதான் தாங்க முடியவில்லை. ராஜமகேந்திர ஜெயில் எவ்வளவு கேவலமான நிர்வாகமுடையதாய் இருந்தாலும், கஷ்டமான ஜெயில் அல்ல Habititual Prisoneers என்னும் கறுப்புக் குல்லாய்க்கார திருடர்கள் ஜெயிலாய் இருந்த போதிலும், கைதிகள் எவ்வித கேள்வி கோட்பாடு இல்லாமல் இஷ்டப்படி உள்ளே திரியலாம். கைதிகளுக்கு வேலையும் கிடையாது. அங்கும் கஞ்சா குடியும், பீடி சிகரெட்டு குடிப்பதும், வெற்றிலைபாக்கு புகையிலை போட்டு ஆனந்தப்படுவதும் சர்வசாதாரணம். ஜெயிலுக்குள்ளேயே கைதிகள் கஞ்சா செடி வளர்க்கிறார்கள். அந்தச் செடியில் ஏதாவது சில பூக்களை சொருகி வைத்து பூச்செடி மாதிரி செய்துவிடுகிறார்கள். அதை ஜெயில் சூப்பிரண்டு கவனிப்பதில்லை. மற்ற சில்லரை அதிகாரிகள் வழக்கம் போல் அதனால் லாபமடைகின்றார்கள்.

நான் பல ஜெயிலில் பார்த்திருந்தாலும், ராஜமகேந்திரபுரம் ஜெயில் போல் பொறுப்பற்றதும், அதிக குற்றங்கள் நடப்பதுமான ஜெயில் பார்த்தில்லை. சூப்பிரண்டு நல்லவர் என்று சொல்லலாம். ஆனால், நிர்வாகத் திறமை போராது. சிப்பந்திகளுக்கு பணமே பிரதானம். அவர்கள் அடிக்கடி கைதிகளால்

அவமானப்படுவதை லட்சியம் செய்வதில்லை. அங்குள்ள டாக்டர்களும் அப்படியே.

மற்றபடி நான் இப்பொழுது வெளியில் வந்ததில் இந்த இரண்டு நாளிலேயே ஏன், வந்தோம் என்றே தோன்றுகிறது. இப்பொழுது என்ன சொல்வதென்றே புரியவில்லை. மற்றும் சிவில் விவகாரத்துக்காக அரஸ்ட் செய்யப்பட்டேன். ஆனால், காயலா நிமித்தம் இரண்டு மாதத்துக்குள்ளாகவே விடுதலை செய்யப்பட்டேன் என்றாலும் இவைகள் எல்லாம் தேசபக்தன் என்ற பெயர் அடைய முடியவில்லை. ஆனால், இப்பொழுது சர்க்கார் அந்தக் குறையை நிவர்த்தி செய்துவிட்டார்கள். இதன் பயனால் அறியாமை மிகுந்த பாமர ஜனங்களால் நான் பாராட்டப்படக்கூடும். மற்றபடி அறிவாளிகள் நான் ஜெயில் சென்றதைப் பாராட்ட யாதொரு விஷயமுமில்லை.

பெரியார் விடுதலையாகி வெளியே வந்த பிறகும் காவல் துறை நெருக்கடிகள் தொடர்ந்தன.

சென்னை சி.ஐ.டி. பிரிவு போலீஸ் சப்-இன்ஸ்பெக்டர் பால்சிங் நாடார், மதுரை நகர சி.ஐ.டி. சப்-இன்ஸ்பெக்டர் பகவந்தராவ், ஏட்டு கண்ணையா நாயுடு ஆகியோர் மே 19ஆம் தேதி மதுரை சுயமரியாதை சங்கத்துக்கு வந்தார்கள்.

மதுரை மாவட்டத்தைச் சேர்ந்த ஏ.எஸ். அருணாசலம், 'வெடி குண்டு' ஆசிரியர் ஆனந்தம் ஆகியோரிடம் பேசி, சில ஆவணங்களை வாங்கிப் பார்த்ததாக செய்தி வெளியிடும் புரட்சி. "எதற்காக இப்படி செய்கிறார்களென தெரியவில்லை என்கிறது."[2]

இதற்கு சில நாட்கள் கழித்து ஆக்ஸ்போர்ட் பல்கலைக் கழகத்தை சேர்ந்த பெசில் மாத்தியூஸ் என்பவர் ஈரோடு வந்து பெரியாரைச் சந்தித்தார். அவர் 1937இல் எழுதிய இந்தியாவின் தோற்றம் (India Reveals herself) என்ற புத்தகத்தில் பெரியாரின் அன்றைய தோற்றம் குறித்து எழுதினார்.

அந்த ஈரோட்டுத் தாழ்வாரத்தில் தோழர் ஈ.வெ.ராம சாமியைக் கண்டு என் வணக்கத்தைத் தெரிவித்தேன். நரைத்த தலையும் அழகிய தாடியும் அழுத்தமான மூக்கும் மொத்த மான உதடுகளும் ஒளிவீசும் கண்களும் படைத்த அந்தப் புரட்சிக்காரரைக் கண்டதும் என் தந்தையார் நான் பள்ளி மாணவனாயிருந்தபோது வில்லியம் மாரிசின் பொது

வுடைமைச் சொற்பொழிவைக் கேட்பதற்காக என்னை அழைத்துச் சென்ற அந்தக் காட்சி நினைப்பிற்கு வந்தது. புறத்தோற்றத்தில் மட்டுமல்ல உள்ளுணர்ச்சியிலும் தோழர் ஈ.வெ.ரா., வில்லியம் மாரிஸ் போன்றவரே என்பதை அவருடன் நான் பேசிக்கொண்டிருந்த இரண்டு மூன்று மணி நேரத்திற்குள் கண்டுகொண்டேன். அர்த்தமற்ற எந்தப் பழைய சமுதாயக் கட்டுப்பாடுகளையும் அடியோடு தகர்த்தெறிய வேண்டும் என்னும் அந்தத் துடிதுடிப்பு காலத்திற்கு ஒவ்வாத பழக்கவழக்கங்களையும் பழமைப் பாசி படர்ந்துவிட்ட கருத்துகளையும் துடைத்தெறிய வேண்டும் என்னும் அந்த நெஞ்சழுத்தம், "புதியதோர் உலகு செய்வோம்" என்னும் அந்த உறுதிப்பாடு இவை அத்தனையிலும் தோழர் ஈ.வெ.ரா., வில்லியம் மாரிசேதான். ஆம்! அவர் இருபதாம் நூற்றாண்டின் வில்லியம் மாரிஸ். மாரிசைப் போலவே ஈ.வெ.ரா.வும் மிக எளிய வாழ்க்கையே வாழ்கின்றார். புள்ளியிட்ட ஒரு நீலச் சட்டை சாதாரணமான ஒரு கால்சட்டை, அழுத்தந்திருத்தமான கடிகாரச் சங்கிலி என்ற இவ்வளவில் வில்லியம் மாரிசின் ஆடை அணிகலன்கள் அடங்கிவிடுகின்றன. அது போலத்தான் இந்த இந்தியநாட்டுச் சிந்தனைச் சிற்பியும் பருத்தி நூலால் நெய்யப்பட்ட சர்வ சாதாரணமான வேட்டியும் சட்டையுமே அணிந்துகொண்டிருக்கின்றார்.

தோழர் ஈ.வெ.ரா. நடத்துகின்ற ஆங்கில வார இதழ் இருக்கிறதே அதன் பெயராகிய (Revolt) "புரட்சி" என்பதை அவருடைய வாழ்க்கை வரலாற்றிற்கே பெயராய்ச் சூட்டிவிடலாம். அது மிகப் பொருத்தமாகவும் இருக்கும்.

செல்வாக்குள்ள ஒரு குடும்பத்திலே பிறந்த கட்டுக்கடங் காத இளங்காளை அவர்; பல புரட்சி வீரர்களைச் சாதுக் களாக மாற்றி அமைத்த தோழர் காந்தி இருக்கிறாரே அவரிட மிருந்துதான் பொது வாழ்க்கைப் பைத்தியம் இவருக்கு முதலில் தொத்திக்கொண்டது. ஈரோடு நகரசபைத் தலைவ ரானார். காங்கிரசில் சேர்ந்தார். காந்தியின் சீடரானார். 1921இல் சட்ட மறுப்பு இயக்கத்தில் பெரும்பங்கு கொண்டு சிறை புகுந்தார். காங்கிரஸ் இயக்கத்தில் உள்ளீடாய்ப் பரவிவிட்ட பார்ப்பன ஆட்சியை எதிர்த்து, காங்கிரசை விட்டு வெளி யேறினார். ஜஸ்டிஸ் கட்சியில் ஓர் இடதுசாரித் தலைவரானார். ஆனால், அந்தக் காலத்தில் ஜஸ்டிஸ் கட்சி "மிக மிக

மெதுவாய்ப்" போய்க்கொண்டிருந்த கட்சி ஆகவே துடி துடிக்கும் வாலிபர்களையும் அதி தீவிரக் கொள்கைகளையும் கொண்ட சுயமரியாதை இயக்கத்தை ஆரம்பித்தார். பிராமண ஏகாதிபத்தியத்தை வீழ்த்துவதில் அவருக்கு ஏற்பட்ட ஊக்கம் பிறகு கிறித்தவ இஸ்லாம் மதங்களையும் அதற்குப் பிறகு எல்லா மதங்களையுமே எதிர்க்கும் உணர்ச்சியை அவருக்குத் தந்துவிட்டது. ஐரோப்பாவில் அவர் சுற்றுப்பயணம் செய்த போது மாஸ்கோவில் அவருக்கு மகத்தான வரவேற்பு அளிக்கப்பட்டது. இரஷியப் பொதுவுடைமைத் திட்டத்தில் மகிழ்ச்சி நிறைந்த நம்பிக்கை கொண்டவராகவும் மத எதிர்ப்புத் தத்துவத்தில் மேலும் பல மடங்கு ஈடுபாடு கொண்டவராகவுமே அவர் இரஷ்யாவினின்றும் திரும்பி வந்தார். மதங்களை அழிப்பதில் அவர் காட்டிய வீராவேசமும், அவருடைய பொதுவுடைமைப் பிரசாரத்தின் வேகமும் பலமும் அவரை மீண்டும் சிறைக்கோட்டம் புகச் செய்தன.

அடுத்த நாள் நான் அவரை அவருடைய அலுவலகத்தில் கண்டேன். அங்கே அவருடைய படம் ஒன்று மாட்டப் பட்டிருக்க கண்டேன். அதன் ஒரு பக்கத்தில் லெனின் படமும் மறுபக்கத்தில் பெர்னாட்ஷாவின் படமும் இருக்கக் கண்டேன்.

ஒரு பக்கம் லெனின் இன்னொரு பக்கம் பெர்னாட்ஷா. இதுதான் அந்தக் காலகட்டத்துப் பெரியார். வகுப்புவாரி பிரதிநிதித்துவத்தை காங்கிரஸ் கட்சி ஏற்க மறுத்ததால் அதிலிருந்து வெளியேறி சுயமரி யாதை இயக்கம் கண்ட (1925இல்) பெரியார், வேதம், ஆரியர், இதிகாசம், ஸ்மிருதி முதலிய சாஸ்திரங்களில் இருக்கும் ஆபாசம், பொய்களை தான் முதலில் உடைத்தார். இவை பிராமணர்களின் அதிகாரத்தைக் கெட்டிப்படுத்த உண்டாக்கப்பட்டவை எனக் கருதி னார். மூடநம்பிக்கைகளைக் கைவிடுவதே இதிலிருந்து விடுபட வழி எனச் சொன்னார். அவதாரங்கள், ஆழ்வார்கள், நாயன்மார்கள் மகாசன்னிதானங்கள் போன்ற கூட்டத்தை நிராகரித்தார். இதில் பாதிரி, முல்லாக்களும் தப்பவில்லை. இவர்கள் அனைவருமே கடவுளைக் காட்டி தங்களைத் தற்காத்துக்கொள்வதை பெரியார் கண்டுபிடித்தார். கடைசியாக கடவுள், ஆன்மா, மோட்சம், நரகம், மறுபிறப்பு - அத்தனையும் கற்பிதம் என இறங்கினார். இத்தனையும் மதம் என்ற கட்டமைப்பைத் தாங்கும் தூண்களாக இருந்ததால் மதத்தையும் கைவைத்தார்.

இதற்காக அவர் நடத்திய பிரசாரப் பயணம் அதிர்ச்சி தரத்தக்கது. 1931ஆம் ஆண்டு மட்டும் தூத்துக்குடி, காரைக்குடி, பொறையாறு, நன்னிலம், லாலுகுடி (2 மாநாடுகள்) விருதுநகர், நாகப்பட்டினம், சென்னை என பத்து இடங்களில் சுயமரியாதை மாநாடுகள் நடந்துள்ளது. இவை போக பொதுக்கூட்டங்கள் இதையெல்லாம் பார்த்து தான், 'சுயமரியாதை இயக்கத்தின் எட்டாவது ஆண்டு, இந்திய உலகிற்கோர் நற்குறி' என்ற சிங்கரவேலர் எழுதினார்.

> சுயமரியாதை இயக்கம் 8ஆவது ஆண்டை அடைவது சமதர்ம உதயத்திற்கு அறிகுறியேயாகும். சுயமரியாதைச் சங்கங்களும் அதன் மகாநாடுகளும், கூட்டங்களும், சமதர்ம சபைகளும், சுயமரியாதை நோக்கங்களை ஆதரித்து வரும் பத்திரிகைகளும் தினே தினே அதிகரித்து வருங்காட்சி, இனி வரும் சமதர்ம ஆட்சிக்கு பெரும் அறிகுறிகளேயாகும்.[3]

இதனால் தான் பெரியாரைப் பார்த்து அரசு பயந்தது மக்களை ஈர்க்கும் சக்திபடைத்த ஒரு தலைவர், கம்யூனிஸ்ட் பிரசாரகராக கிடைத்ததைத் தடுக்க நினைத்து கைது செய்தது. சிறையில் அடைத்தது. ஆனாலும் இதைப்பற்றி பெரியார் கவலைப்படவில்லை. இவ்வளவு காலம் விட்டு வைத்திருந்தார்களே என்று சொல்லிச் சிறை சென்றார். வெளியில் வந்ததும் சமதர்ம பிரசாரத்தை முன்னிலும் வேகமாக முடுக்கிவிட்டார். 'குடி அரசு' இதழ் தடைபட்டதால் அவர், அவர் தொடங்கிய புரட்சி, பகுத்தறிவு இதழ்களில் சமதர்ம நெடி கூடுதலாகவே அடித்தது. புலனாய்வு துறையால் பெரியார் தினந்தோறும் கண்காணிக்கப்பட்டார். அடுத்த நெருக்கடியை எப் போது ஆரம்பிக்கலாம் என அரசு காத்திருந்தது.

ப.ஜீவானந்தம் மொழிபெயர்த்து ஈ.வெ.கிருஷ்ணசாமியால் வெளி யிடப்பட்ட பகத்சிங்கின் 'நான் நாத்திகன் ஏன்' என்ற புத்தகம் அரசால் தடை செய்யப்பட்டு நாடு முழுவதும் பறிமுதல் செய்யப்பட்டது.

இத்தகைய தொடர் தடைக்கும், தாக்குதலுக்கும் உள்ளானார் பெரியார்.

அதனால்தான் 1940-50களில் கம்யூனிஸ்ட் கட்சி இங்கு தடை செய்யப்பட்டபோது அவர்களுக்கு ஆதரவாய் பெரியார் இருந்த வரலாறு பின்னர் விரிவாக எழுதப்பட வேண்டியதாகும். •

7. எடுத்துச் செல்லப்பட்டதில் இரண்டு

சுயமரியாதை இயக்கத்தின் சார்பில் பெரியார் கொண்டுவந்த 'குடி அரசு' இதழ் ஞாயிற்றுக்கிழமை தோறும் வெளியானது. ஆண்டு சந்தா 3 ரூபாய். தனி இதழ் விலை ஒரு அணா (1932இல்).

'குடி அரசு' பெயரில் பதிப்பகம் தொடங்கினார். 'குடி அரசு புத்தகாலயம்', 'குடி அரசு புக் டிபோ' என இருவேறு பெயர்கள் இருந்எதிருக்கின்றன.

இதில் குடி அரசு இதழில் தொடர்ந்து வெளியிடப்பட்டு புத்தக மானவையும் உண்டு. நேரடியாக புத்தகமானவையும் உண்டு. கடவுள், மதம், சாதி, சாஸ்திரம் போன்றவை பற்றி தமிழிலேயே கட்டுரைகள் எழுதப்பட்டன. சமதர்மம், கம்யூனிஸ்ட் போன்றவை ஆங்கிலத்தி லிருந்து மொழிபெயர்க்கப்பட்டன.

பிரசார வேகம் போதாது, ஒரே ஒரு ஆங்கிலப் பத்திரிக்கையும், இரண்டே இரண்டு தமிழ்ப்பத்திரிகையும் வைத்துக்கொண்டு என்ன செய்ய முடியும் என்று சுயமரியாதை புத்தகங்களை வெளியிட 'பகுத்தறிவு நூற்பதிப்புக் கழகம்' தொடங்க வேண்டும் என்று சாத்தான்குளம் ராகவன் வெளிப்படையாக வேண்டுகோள் விடுத்தார். அதை ஆதரித்து எழுதப்பட்ட கடிதங்களை 'குடி அரசும்' வெளி யிட்டது. 'பிருகிருதவாதம்' என்ற பெரியாரின் தத்துவார்த்த நூல் இந்தப் பதிப்பகத்தின் சார்பிலே வெளியானது. இந்தக் காலகட்டத்தில் (1933-34) சமதர்ம புத்தகங்களை 'குடி அரசு' மற்றும் 'பகுத்தறிவு நாற்பதிப்புக் கழகங்கள்' அதிகமாக வெளியிட்டன.

'Intelligint Womans guide to Socialism' என்ற தலைப்பில் ஜார்ஜ் பெர்னாட்ஷா எழுதிய நூல், 'சோஷியலிசம்' என்று (மொழிபெயர்ப்பு சே.நரசிம்மன்) மொழிபெயர்க்கப்பட்டது. நரசிம்மனால் மொழி பெயர்க்கப்பட்ட இன்னொரு முக்கியமான புத்தகம் 'போல்ஷ்விக் முறை' 1924இல் அமெரிக்கா சென்றிருந்த பெட்ரண்டு ரஸ்ஸல்க்கும், ஸ்காட்நியரிஸ் என்பவருக்கும் நடத்தப்பட்ட கம்யூனிச வாதப் பிரதிவாதம் அது சோவியத் அரசாட்சி முறை அமெரிக்காவுக்கு

பொருந்துமா என்ற பொதுக் கேள்வி மீது நடந்த விவாதம் பொருந்தும் என்று பேசினார். ஸ்காட் நியரிங் நிராகரித்தார், ரஸல்ஸ் இதில் தனக்கு விருப்பமான ஸ்காட் நியரிங் வாதத்தை மட்டும் பெரியார் புத்தகமாக்கவில்லை. ரஸல்ஸ் வாதத்தையும் பதிப்பித்த ஜனநாயக உணர்வு கவனிக்கத்தக்கது.

இந்தக் காலத்தில் பெரியார், 'புரட்சி' மற்றும் 'பகுத்தறிவு' இதழ்களைத் தொடங்கியிருந்தார். சமதர்ம எண்ணம் தூக்கலாக இருந்ததால் அதையொட்டிய ஆங்கில நூல்களைத் தேடிப் பிடித்து பதிப்பித்தார். மதம் பற்றி லெனின் எழுதியது 'லெனினும் மதமும்', 'பொதுவுடைமைத் தத்துவங்கள்', 'சார்சல்ஸ் கோர்ஹாம் எழுதி கே.எம். பாலசுப்பிரமணியம் மொழிபெயர்த்த 'முன்னேற்றத்துக்கு மதம் முட்டுக்கட்டை, குத்தூசி குருசாமி மொழிபெயர்த்த, ரஸல்ஸின், 'நான் ஏன் கிறிஸ்தவனல்ல', இங்கர்சால் எழுதிய (எஸ். லட்சுமிரதன் பாரதி மொழிபெயர்ப்பு) 'மதம் என்றால் என்ன', 'கடவுள்', 'நான் சம்சயவாதி ஆனதேன்' ஆகியவற்றை வெளியிட்டார்.

இந்த வரிசையில் இன்னொரு முக்கியமான புத்தகம் 'பர்னாட் ஷாவின் உபந்யாசம்' அமெரிக்கர்களைப் பார்த்து பர்னாட்ஷா பேசியதாக இது அமைந்துள்ளது. அவரின் கருத்துகளை 'குடி அரசு' தொகுப்புகளிலும் தொடர்ந்து பார்க்க முடியும் ஆக்ஸ்போர்டு பல்கலைக் கழகம் சென்ற (28.5.1932) பர்னாட் ஷா பேசிய பேச்சை 'குடி அரசு' வெளியிட்டுள்ளது.

நான் எப்பொழுதும் வாலிபர்களான புரட்சிக் கூட்டத்தாருடன் தான் சம்பந்தம் வைத்துக் கொண்டு வந்திருக்கிறேன். நான் ஒரு புரட்சிக்காரனாகவே இருந்திருக்கிறேன். நீங்களும் புரட்சியின் அனுபவத்தை அடைந்திருக்கிறீர்கள். உங்களுடைய சங்கத்தின் நோக்கமும் புரட்சி தான். புரட்சிக்காரர்களெல்லாம் முதலில் இளைஞர்களாயிருந்து, பிறகு நடுத்தர வயதுள்ளவர்களாகி, கடையில் வயதேறியவர்களாகியிருக்கிறார்கள்.

உங்களில் பலர் 1980ஆம் ஆண்டு வரையிலும் உயிரோடிருக்கலாம். ஆனால் அச்சமயம் நீங்கள் இப்பொழுது இருப்பது போல் புரட்சிக்காரர்களாக இருக்க மாட்டீர்கள். உங்களில் சிலர் 1940ஆம் வருஷம் வரையிலும்கூட புரட்சிக்காரர்களாக இருக்க மாட்டீர்கள்.

முதலாளித் தத்துவத்தைவிட புரட்சி தத்துவமானது மோச மானதன்று. புரட்சிக்குத் தயாராக இருக்கின்றவர்களையும், புரட்சி என்பதன் அர்த்தத்தைத் தெரிந்துகொண்டிருப்பவர் களையும், தவிர மற்றவர்களைப் புரட்சியின் தத்துவமே பிற்போக்குடையவர்களாக ஆக்கிவிடும். புரட்சியின் உண்மை யான தத்துவம் பழயன கழிந்து, புதியன புகுதலேயாகும். இந்நாட்டில் உள்ளவர்களுக்குப் புரட்சியில் சிறிதும் நம்பிக் கையே கிடையாது. இங்கு புரட்சி இயக்கம் ஆரம்பிக்குமானால் அது இங்குள்ள பலரையும் ஆச்சரியமடையும் படி செய்யும்.

புரட்சி இயக்கங்கள் சாதாரண காரியங்களுக்காகத் தோன்று வதில்லை. கொடுமையான காரியங்கள் நடைபெறும் பொழுது தான் அதைக் கண்டிக்கும் பொருட்டு புரட்சி இயக்கங்கள் உற்பத்தியாகின்றன. (குடி அரசு - 3.7.1932)

ஆக்ஸ்போர்ட் பல்கலைக்கழகத்தை சேர்ந்த பெசில் மாத்தியூஸ் சந்தித்த போது பெரியார் தனக்கு முன்னால் லெனின் படத்துடன் சேர்த்து பெர்னாட்ஷா படத்தையும் வைத்திருந்ததன் காரணமாகக்கூட இந்தப் பேச்சைக் குறிப்பிடலாம். பெர்னாட்ஷாவின் எழுத்துகளை தேடிப்பிடித்து பெரியார் வெளியிட ஆரம்பித்தார். அதில் ஒன்றுதான் 'அமெரிக்க உபன்யாசம்'.

'குடி அரசு' தலையங்கம் காரணமாக கைது செய்யப்படும் போது பதிப்பக வெளியீடுகளையும் காவல்துறையினர் எடுத்துச் சென்றுள் ளார்கள். அந்த அடக்குமுறை காலத்தில் வெளியான சமதர்மம் மற்றும் கம்யூனிஸ்ட் தத்துவம் சார்ந்த இரண்டு புத்தகங்கள் முழுமையாக இங்கு மீண்டும் வெளியிடப்படுகின்றது. •

போல்ஷ்விக் முறை

(ஓர் தர்க்கம்)

சே.நரசிம்மன் (குடி அரசு பதிப்பகம், ஈரோடு 1934)

1924ஆம் வருடம் தோழர் பர்ட்ரண்டு ரஸ்ஸல் (Betrand Russel) அமெரிக்காவுக்குப் போயிருந்தபொழுது அத்தேசத்திலுள்ள “பொது சமாச்சார விளக்க” சங்கத்தின் ஆதரவின் கீழ் தோழர் ஸ்காட்நியரிங்குடன் (Scott Nearing) ஒரு டிபேட் (Debate) செய்தார். தோழர் சாமுயல் அண்டர்மியர் அன்று அக்கூட்டத்திற்குத் தலைமை வகித்தார்.

தலைமை வகித்த தோழர் சாமுயல் அண்டர்மியர் அவ்விவாதம் ஆரம்பிக்கும் முன்னர் சொன்னதாவது - மிகவும் பெயரும் புகழும் வாங்கிய இவ்விரண்டு பெரியார்களும் உலக முன்னேற்றத்திற்கே முக்கியமான இச்சமாச்சாரத்தைப்பற்றி என் தலைமையின் கீழ் பேச ஒப்புக்கொண்டது எனக்கு மிகச் சந்தோஷத்தை அளிக்கின்றது. இருவரும் மிகப்படித்த தீர்க்கதரிசிகள், தங்களுடைய சொந்த நன்மையை உலக மேம்பாட்டிற்காகவும் தாங்கள் எது நியாயம், சத்யம் என்று நினைக்கின்றார்களோ அதை நிலைநாட்டுவதற்கும் பெரும் தியாகம் செய்தவர்கள்.

தவிரவும் வீண் பிடிவாத நம்பிக்கையில்லாமல் பொது ஜனங்களின் நன்மையையே எக்காலத்திலும் தியானித்துவரும் பெரும் வீரர்கள். சாதாரண மனிதனுக்குச் சற்றும் புரியாத தத்துவ சாஸ்திரங்களிலும் இன்னும் மற்றக் கலைகளிலும் நுட்பமான பல புத்தகங்களை எழுதிய சிரேஷ்டர்கள்.

அவர்கள் இருவரும் “போல்ஷ்விக் அரசாட்சி எல்லா தேசங்களிலும் நன்மை பயக்குமா?” என்பதைப் பற்றிப் பேசப்போகிறார்கள். பல தினசரிகளிலும் பத்திரிகைகளிலும் இச்சமாச்சாரத்தைப்பற்றி பலர் எழுதியிருக்கின்றனர். இவற்றில் சில சமாச்சாரங்கள் வெறும் கதைகள். இன்னும் பல போல்ஷ்விக் அரசாட்சியை வெறுக்கும் பலரின் கட்டுரைகள், சில போல்ஷ்விக் அரசாங்கத்தாரால் வெளியேற்றப்பட்ட பிரபுக்களால் இயற்றப்பட்ட நூல்கள் மற்றும் சில போல்ஷ்விக்

அரசாட்சியில், சமதர்மத் தத்துவங்கள் அனுஷ்டிக்கப்படுவதால், அது தங்கள் நாடுகளில் நடத்தப்பட வேண்டுமென்ற ஆசையை உடைய பல அபிமானிகளின் கட்டுரைகள்.

தோழர் ஸ்காட்நியரிங், போல்ஷ்விக் அரசாட்சி மேற்கு தேசங் களிலும் நன்மை பயக்கும் என்ற கக்ஷியை விளக்கிச் சொல்லுவார். பின்பு தோழர் பர்ட்ரண்டு ரஸ்ஸல் போல்ஷ்விக் அரசாட்சி மேற்கு தேசங்களில் நன்மை பயக்க இடம் இல்லை என்று மறுத்துப் பேசுவார். பின்பு ஸ்காட் நியரிங் பர்ட்ரண்டு ரஸ்ஸல் எடுத்துக்காட்டிய கூற்றுகளை மறுத்துப் பேசுவார். கடைசியாகப் பர்ட்ரண்டு ரஸ்ஸல் பதிலளிப்பார்.

தோழர் சாமுயல் அண்டர்மியர் பின்பு தோழர் ஸ்காட் நியரிங்கை போல்ஷ்விக் அரசாட்சி மேற்கு தேசங்களில் நன்மை பயக்கக் கூடு மென்பதைப் பற்றி பேசச் சொன்னார்.

தோழர் ஸ்காட்நியரிங் பேசியதாவது

சோவியத் அரசாட்சி முறை மேற்கு தேச நாகரிக முறைகளுக்குப் பொருந்துமா என்பதுதான் கேள்வி. மேற்கு தேச நாகரீகமென்றால் தற்காலத்தில் இங்கிலாந்து, அமெரிக்கா, பிரான்சு இன்னும் மற்ற தேசங்களில், குடியரசால் ஏற்படும் ராஜீய நிலைமையாலும், முதலாளித்துவத்தால் ஏற்படும் பொருளாதார முறைகளாலும் அவை களுக்கேற்ற சமூகக் கட்டுகளாலும் ஏற்படும் நாகரீகமே.

சோவியத் அரசாட்சி முறை நம் தேசத்தில், மேலை நாடுகளில் அதிக நன்மையைக் கொடுக்கும் என்று சொல்வதற்கு முன்னர் நான் மூன்று சமாசாரங்களை விளக்க வேண்டும். முதலாவது எக் காரணத்தால் ஓர் அரசாங்கமுறை ஒரு தேசத்துக்குத் தகுந்ததாக விருக்கின்றது? இரண்டாவது, சோவியத் அரசாங்க முறை என்றால் என்ன? மூன்றாவது ஏன் அம்முறை மேற்குத் தேசங்களுக்கு நன்மை பயக்கும் என்பவையே.

முதலாவது எக்காரணத்தால் ஓர் அரசாங்கமுறை ஒரு தேசத்துக்குத் தகுந்ததாகவிருக்கின்றது? அரசாங்க முறைகள் சமூக ஸ்திதிக்குத் தகுந்தவைகளாக விருக்கவேண்டும். உதாரணமாக ஆயிரம் வருடங் களுக்கு முன்னர் ஐரோப்பா முழுவதும் (Feuda) பியூடல் சமூக முறையில் இருந்தது. அம்முறைப்படி வெகு சிலருக்குப் பூமிகளெல் லாம் சொந்தம். தேசத்திலுள்ள மற்றவர்கள் அப்பூமிகளைச் சாகுபடி செய்து பூமிக்கு சொந்தக்காரரான வெகு சிலருக்குத் தொண்டுசெய்து

வாழ்ந்தனர். இந்தப் பூமிக்காரர்கள் தான் அரசாங்கத்தை நடத்தினர். ஏனெனில் அவர்கள் கையில்தான் பொருள் ஈட்டுவதற்கு வேண்டிய முக்கியக் கருவி அக்காலத்திலிருந்தது.

பின்பு இவற்றிடையே கைத்தொழில்கள் ஏற்பட்டன. இக்கைத் தொழில்களால் ஏற்பட்ட சாமான்கள் விற்கவும், வாங்கவும் வியாபாரம் ஏற்பட்டது. அவற்றைப் பல நாடுகளில் விற்கத் துறைமுகங்களும், கப்பல்களும் உண்டாயின. இத்துறை முகங்களிலும் பட்டணங் களிலும் முன்போல் பூமிக்காரன் தொண்டு செய்பவன் என்ற வித்தியாசம் போய் ஓர் புதிய சமூக அமைப்பு ஏற்பட்டது.

பின்பு சாஸ்திரப் பயிற்சியால் இயந்திரங்களும், பல மெஷின்களும் ஏற்பட்ட பொழுது மேற்குத் தேசங்களில் விவசாயம், 1000 வருடங்களுக்கு முன்பிருந்த உயர்ந்த பதவியிலில்லை. வியாபாரம் கைத்தொழில் பாக்டெரிகள், தொழிற்சாலைகள் இவை ஏற்பட்டவுடன் தேசத்தில் முன்போல் பூமிக்காரன், குடியானவன் என்ற பிளவு போய், முதலாளி கூலிக்காரன் என்ற பிளவு ஏற்பட்டது. அது தற்காலத்தில் எல்லா மேற்குத் தேசங்களிலும் நன்கு பரவியிருக்கிறது.

இங்கிலாந்தில் பெயருக்கு ஓர் மன்னர் வெகு டாம்பீகத்துடன் அரசாளலாம். பிரான்சிலும், அமெரிக்காவிலும் குதூகூலத்துடன் குடிகள் பிரசிடெண்டுகளை ஐந்து வருடங்களுக்கு ஒருமுறை தேர்ந் தெடுக்கலாம். ஆனால், ராஜ்யத்தை நிஜமாக ஆள்பவர் எவர்? முதலாளிகளும், பணக்காரர்களுமே ராஜிய முறைகள் அவர்கள் நன்மைக்காகத்தான் ஏற்படுத்தப்படுகின்றன. அவர்கள் சொற்களுக் கிணங்க ராஜீய இயந்திரம் ஓட்டப்படுகின்றது.

ஆகையால் எக்காரணத்தைக் கொண்டு ஓர் அரசாங்க முறை ஒரு தேசத்துக்குத் தகுந்ததாகவிருக்கும். அத்தேசத்து விவசாயம், ஜனங்களின் வர்க்கத்தாலல்ல (Race) அவர்கள் பேசும் பாஷையை ஒத்ததல்ல. அவர்கள் தழுவும் மதத்தாலல்ல. அரசாங்க முறை பொருளாதார முறையையும், சமூக விருத்தியையும் ஒத்திருக்கின்றதேயன்றி வேறல்ல. தற்காலத்தில் ஐரோப்பா முதலாளித்துவ முறையைக் கையாண்டு வருகின்றது. அதற்குத் தகுந்த ராஜ்ய இயந்திரத்தையும் தேசம் தேசமாக ஏற்படுத்திக்கொண்டிருக்கிறது.

பின்பு ஏன் ருஷ்யாவில் மட்டும் சோவியத் கவர்மெண்ட் ஏற்பட்டது?

என்ன பெயர்கள் வைத்துக்கொண்ட போதிலும் அரசாங்கம் முறைகள் பொருளாதார விருத்தியை ஒத்திருக்கின்றதல்லவா?

ஆனால், சில சமயங்களில் அரசாங்க முறைகள் திடீரென்று உடைந்துபோய் மறைகின்றன. உள்ளிருந்தே வியாதி பீடித்து, முற்றி, 1780ஆம் ஆண்டில் பிரான்சு தேசத்தில் ஏற்பட்டதுபோல் பெரும் குழப்பம் ஏற்படலாம். வெளியிலிருந்து பல எதிரிகள் தோன்றி சற்று வியாதி பீடித்திருந்த பொருளாதார சமூகக் கட்டைத் தகர்க்கலாம். ரோம ஏகாதிபத்யம் பின்சொன்ன காரணத்தால்தான் சிதறிப் போயிற்று.

ருஷ்யாவில் சுமார் நூற்றுக்கு எண்பத்தைந்து நபர்கள் விவசாயிகள். சற்றேறக்குறைய ஆயிரம் வருடங்களுக்குமுன் ஐரோப்பாவில் நிலச் சுவான், குடியானவன் என்ற இரு பிளவுகள் இருந்தது போல் ருஷ்யாவில் 1914ஆம் வருடம் இருந்தன. ஆகையால் 80 லக்ஷம் சதுரமைல் விஸ்தீரணமுள்ள ருஷ்யாவில் 13 கோடி விவசாயிகளை மிரட்டி, வாட்டிவந்த இந்த வெகு சிறிய நிலச்சுவான்தார்கள் இந்தப் பழைய நாகரீகத்தை விட்டு மீளமுடியாமலிருந்தனர். கோகால் (Gogal) புத்தகங்களை வாசித்திருப்பவர்கள் இந்த ருஷ்ய அதிகாரிகளையும், பிரபுக்களையும் பற்றி நன்கு தெரிந்திருக்கலாம். இந்த அதிகார வர்க்கத்தினரும் அவர்களைச் சூழ்ந்திருந்த தட்டாரப் பூச்சிகளும் ஜெர்மனி, பெல்ஜியம், இங்கிலாந்து இன்னும் மற்ற தேசங்களின் நூதனப் பொருள் விருத்தி முறைகளைத் தங்கள் தேசத்தை எட்ட வொண்ணாது தடுத்தனர்.

1905ஆம் ஆண்டிற்குப் பின்பு சில முதலாளிகள் ருஷ்யாவிலிருக்கும் எண்ணிறந்த சுரங்கங்களையும், மற்ற விளைபொருள்களையும் உபயோகிக்க முயன்றனர். ஆயினும் இந்தப் பழைய ருஷ்ய கவர் மெண்டு சற்றும் பிரயோஜனமற்றதாகவிருந்ததால் வேகமாகத் கைத் தொழில்கள் விருத்தியடையவில்லை. இச்சமயத்தில் மகாயுத்தம் ஆரம்பித்தது.

சண்டை என்ற சண்டமாருதம் ருஷ்யாவைத் தாக்கின பொழுது ருஷ்யா திடீரென்று கீழே விழுந்தது. போல்ஷ்விக்காரர்கள் ருஷ்ய அரசாங்க வர்க்கத்தினரை ஒழிக்கவில்லை. அரசாங்க வர்க்கத்தினர் தங்களையே நாசமாக்கிக்கொண்டனர். 1914 முதல் 1917 வரை போர் முனைக்கு சிப்பாய்களை அனுப்பித்து அங்கு அவர்களை போஷிப்பதென்றால் அது சாமான்ய காரியமல்ல. ருஷ்யப் பொது ஜனங்கள் பட்டினி கிடக்கவேண்டியிருந்தது. அவர்களுக்கு துணிக ளில்லை. அவசியமான இயந்திரங்களில்லை. இருப்புப்பாதைகளில் நிலக்கரி இல்லாததாலும், வண்டிகள் தளர்ந்து போய்விட்டதாலும், போதுமான ரோலிங்ஸ்டாக் (Rolling Stock) இல்லாததாலும் ரயில்கள் போகவில்லை. 1915 முதல் 1917க்குள் ருஷ்ய பொது ஜனங்களின்

வாழ்வு மிகக் கேவலமாய்விட்டது. மெஷின் சாமான்களின் விலை வெகு விரைவாக ஏற ஆரம்பித்தது. நெருப்புப் பெட்டி, மில் துணி, சர்க்கரை இவைகளெல்லாம் அகப்படுவதே அரிதாய் போய்விட்டது.

ருஷ்ய ஜனங்கள் போர் முனையினின்று பின்வாங்கின பொழுது அவர்களுக்கு இந்த அசட்டு சண்டையில் தாங்கள் கலந்துகொள்வதால் சற்றும் பிரயோஜனமில்லை என்று நன்கு தெரிந்தனர். 1917ஆம் வருடம் மார்ச் கெரன்ஸ்சி (Kerensky) ராஜ்யபாரம் வகித்தபொழுது பொருளாதார நிலைமையிலும், ராஜ்ய நிலைமையிலும் மிகுந்த கலவரத்தில் மூழ்கிய ருஷ்யாவை ஆள எத்தனித்தார்.

பழைய சமூகக்கட்டு 1917ஆம் வருடம் அழிந்து போன பொழுது ருஷ்யாவின் 13 கோடி ஜனங்கள் ஒரு புதிய கட்டை ஏற்படுத்த வேண்டியிருந்தது. மனிதன் சமூக வாழ்க்கையில் விருப்பப்படும் பிராணி அல்லவா? இந்த 13 கோடி ஜனங்கள் அந்தப் பழைய கட்டு தளர்ந்து புதுக்கட்டுக்காகத் தட்டித்தடுமாறும் பொழுது போல்ஷ்விக் அரசாட்சி முறை தோன்றியது. அம்முறை ருஷ்யாவுக்கு வந்ததின் காரணம் ருஷ்யாவில் பழைய முறை உடைந்துபோனதின் காரணமேயன்றி வேறல்ல. இங்கிலாந்து அந்த ஸ்திதியிலிருந்திருந்தால் போல்ஷ்விக் முறை அங்கும் தோன்றியிருக்கும். ஜெர்மெனி பூரணமாகத் தோல்வியடைந்து, பிரான்ஸின் சேனையால் சிறிது காலம் ஆளப்பட்டிருந்தால் அங்கும் அந்த போல்ஷ்விக் முறை தோன்றியிருக்கும்.

போல்ஷ்விக் முறை என்றால் என்ன?

அதுதான் இரண்டாவது கேள்வி. எனக்கும் தோழர் பர்ட்ரண்டு ரஸ்ஸலுக்கும் அதில் பெரும் வித்தியாசமிருக்குமென்று நான் நம்ப வில்லை. போல்ஷ்விக் முறை சாதாரண லேபர் முறை (Socialism) அல்லது தீவிரபொதுவுடமை முறையாவது (Communism) அல்ல. அது ஒரு பெரும்பாலம். அந்த பாலம் முதலாளித்துவத்திற்கும், தீவிரப் பொதுவுடமைக்கும் நடுவிலிருக்கும் இருண்ட பாதாளத்தைக் கடக்கின்றது. முதலாளித்துவத்திலிருந்து தீவிர பொது உடமையை நோக்கிச் செல்லுகின்றது.

ஆகையால் அதிகாரமெல்லாம் ஒருங்கே கூட்டப்பட்டிருக்கின்றது. ஏகாதிபத்யமுறையைக் கையாளுகின்றது. கம்யூனிஸ்ட் கக்ஷியைச் சேர்ந்த 6,00,000 நபர்கள் இந்த ஏகாதிபத்யத்தை ஒரே மனதுடன் நடத்துகின்றனர். சாதாரண ஜனங்களின் பொருளாதார நிலைமை மேம்பாடடைய வேண்டுமென்பதும், இச்சனங்களை முதலாளிகள்

கொள்ளையடிக்க விடக் கூடாதென்பதுந்தான் இவர்கள் நோக்கம். இப்போல்ஷ்விக் அரசாட்சி கைத்தொழில் கூலியாள்களுடையவும் சில நன்குணர்ந்த விவசாயக் கூலிகளினுடையவும் ஏகாதிபத்யமென்று சொல்லலாம்.

மற்றைய கவர்மெண்டுகளுக்கும், ருஷ்ய கவர்மெண்டு முறைக்கும் மூன்றுவித வித்யாசங்களுண்டு பிர்க்காக்கள் ஸ்தலமுறையாவது, தாலுகா முறையாவது அனுஷ்டிக்காமல் தொழில் முறையை அனுஷ்டிக்கின்றன. (மதராஸ் சட்டசபைக்கு மதராஸ் ராஜ தானியை ஜில்லா, ஜில்லாவாகப் பிரித்து சட்டசபைக்கு மெம் பர்கள் அனுப்பப்படுகிறார்கள். ஆனால் ருஷ்யாவில் ரயில்வே தொழி லாளர்கள், கிளார்க்குகள், என்ஜினியர்கள், டிராம் ஓட்டுபவர்கள், மில் தொழிலாளிகள், உபாத்தியாயர்கள், கக்கூஸ் வாருபவர்கள் என்று தொழில் விகிதப்படிதான் சட்டசபைக்கு மெம்பர்கள் அனுப்பப்படுவார்கள்) இரண்டாவது நாம் ராஜீய வாழ்க்கையை சிரமத்துடன் யோசனை செய்து அட்டவணையை வைத்துக்கொண்டு எப்படி நடத்துகிறோமோ அதுபோலவே பொருள் ஈட்டும் முறையையும் செலவழிக்கும் முறையையும் சரியான வழிகளில் யோசனை செய்து நடத்துகின்றனர்.

இங்கிலாந்து, ஜெர்மனி, யுனைட்டட் ஸ்டேட்ஸ் இன்னும் மற்ற மேல் நாடுகளில் ராஜீயவாழ்க்கை நன்கு தெளிவுற, பிளான் செய்யப்பட்டிருக்கின்றது. ருஷ்யர்கள் தினசரி வாழ்க்கையையும் அப்படியே நடத்துகின்றனர். நாம் சிறிய பாங்காகளையும் முதலாளி களையும், தொழிற்சாலைக்காரர்களையும் அனேகமாக அவர்கள் இஷ்டம் போல் அவர்கள், அவர்கள் தொழில்களை நடத்தவிட்டிருக் கின்றோம். ராஜீய வாழ்க்கையில் கொள்ளைகளை நாம் எப்படி நிறுத்திவிட்டோமோ அம்மாதிரியே, தொழில் முறைகளிலும் பாங்கி நடத்துவதிலும் சுரங்க வேலைகளிலும் ருஷ்யர்கள் லாபக் கொள்ளையை நிறுத்திவிட்டனர்.

மூன்றாவதாக அவர்கள் முக்கிய ராஜீய சட்டப்படி "வேலை செய்யாதவனுக்குக் கஞ்சி கிடையாது" நம் தேசங்களிலோ பெரிய முதலாளிக்குத்தான் பெரிய வருமானம் இவ்வருமானத்துக்காக அவன் ஒரு துரும்பைக்கூட நகர்த்தியிருக்க மாட்டான். சோவியத் சட்டப் பிரகாரம் அந்த மனிதனுக்கு ஓட்டுகூட கிடையாது. அவன் ஒரு உத்தியோகத்தையும் வகிக்க முடியாது. அவன் அவனுடைய சொத்தைக்கூட பலவிதங்களில் உபயோகிப்பதற்கு தடுக்கப்படுவான்.

இம்மூன்று விதங்களில் சோவியத் அரசாட்சி மற்றய அரசாட்சி யிலிருந்து வித்தியாசப்படுகின்றது. முதலாவது தொழில் பிர்க்காக்கள், இரண்டாவது பொருள் ஈட்டும் முறைகளும் செலவிடும் முறையும் பிளான் செய்யப்படுதல் மூன்றாவதாக ஒவ்வொரு ஜீவனும் (தேக அசௌக்கிய நாள்கள் தவிர) ஜனசமுகத்திற்கு எவ்விதமாகவானாலும் தொண்டு செய்திருக்க வேண்டும்.

இம்முறையை ருஷ்யர்கள் வெகு இலகுவில் கையாளவில்லை. இதற்காக வெகு பிரயாசப்பட்டனர். லக்ஷக்கணக்கான ஜனங்களை இதற்காகக் கஷ்டப்படுத்தியும் இருக்கின்றனர். ருஷ்ய போல்ஷ்விக் கக்ஷியைச் சேர்ந்த 6-லக்ஷம் நபர்களும் இதற்காக உங்கள் ரத்தத்தையும் சந்தோஷ வாழ்க்கையும் பொருள் படுத்தாது செலவழித்தனர். நாமோ குதூகூலமாக சினிமாக்களுக்கும், டிராமாக்களுக்கும், நாட்டியக் கச்சேரிகளுக்கும் போய்கொண்டிருந்திருக்கின்றோம்.

மேல் நாடுகளுக்கு போல்ஷ்விக் முறை தகுந்ததா? ருஷ்யாவுக்கு எப்பொழுது தகுந்ததாகவிருந்தது? ஜார் சக்கரவர்த்தி படைகளால் சூழப்பட்டு மேன்மையாயிருந்த காலத்திலில்லை. நாற்புறமும் தோற் கடிக்கப்பட்டு, ருஷ்ய தொழிலாளிகளும், வேளாளர்களும், மகாயுத்தம் தங்கள் நன்மைக்காக ஏற்பட்ட சண்டையில்லையென்று தெரிந்த பொழுதுதான் ருஷ்ய ஜனங்கள் முக்கியமான மில்சாமான்களும் இன்னும் மற்ற சௌகரியங்களுமில்லாமல் கஷ்டப்பட்ட பொழுது தான் சமாதானமும் சாம்ராஜ்யமும் இங்கிலாந்திலும், அமெரிக் காவிலும் எப்பொழுதும் குடி கொண்டிருந்தால் சோவியத் அரசாங்க முறை வரவும் வராது, வேண்டவும் வேண்டாம். ஆனால் தேசங் களுக்குள் பெரும் சண்டையும், தேசத்துக்குள்ளேயே வகுப்புச் சண்டைகளும் முற்றி பொருளாதார நிலைமை சீர்குலைந்தால் ருஷ்ய முறையை அனுஷ்டிக்கவேண்டியதுதான்

தற்காலிக முதலாளித்துவ சாம்ராஜ்யம், மேலும், மேலும் விருத்தி யடையக்கூடுமா? என்னை இன்று மறுத்துப் பேசபோகிற தோழர் பர்ட்ரண்டு ரஸ்ஸல் சமீபத்தில் வெளியிட்ட “கைத்தொழில் நாகரீகம்” என்னும் புத்தகத்தைப் பாருங்கள் (The Prospects of industrial Civilization) மேலும் சந்தேகமிருந்தால் வெப் தம்பதிகளின் (Sidney and Beatrice webb)” முதலாளி நாகரீகத்தின் க்ஷீணிப்பு (The Decay of Capitalist Civilisation) என்னும் புத்தகத்தைப் படியுங்கள் அதற்கு மேலும் சந்தேகமிருந்தால் இத்தாலிய பிரதம மந்திரியாயிருந்த தோழர் நிட்டி (Sgr Nitti)யின் “ஐரோப்பாவின் க்ஷீணிப்பு” (The Decadence of Europe) என்னும் புத்தகத்தைப் படியுங்கள். அதுகூட போதாதென்றால்

டாஸ்ரிப்போர்ட் (Dawes Report) அல்லது ஆயுதப்பரிஹாரண மகா நாட்டு ரிப்போர்ட்டையாவது வாசியுங்கள் வெகு சீக்கிரத்தில் உலக ஏகாதிபத்தியங்கள் அடுத்த மகாயுத்தத்துக்குத் தயாராகின்றன.

பணத்தில் கொழுத்த அமெரிக்காவில் நாம் வசிக்கின்றோமென்று நிம்மதியாக இருந்துவிடாதீர்கள். ஜெர்மனியர்களும் அப்படித்தான் 1913ஆம் வருடம் நினைத்தனர். அது சுமார் 15 வருடங்களுக்கு முன்பு, ருஷ்யா சக்ரவர்த்தியும் அப்படித்தான் நினைத்திருப்பார். பத்து வருடங்களுக்குப் பின்பு என்ன நடக்குமோ யாருக்குத் தெரியும்?

ஆனால் முதலாளித்துவமுடைந்து ஐரோப்பாவிலும், அமெரிக்கா விலும் ஜனங்கள் கஷ்டப்படும் பொழுது இந்த ருஷ்யர்களைப் போல் அவர்கள், தைரியத்துடனும், வீரத்துடனும், ஒன்றுசேர்ந்து கொஞ்சக்காலத்திற்கு வீண் அசடர்களைப் பிதற்றக்கூட விடாமல் ஒரே மனதாய் பொதுவுடமைத் தத்துவங்களைப் பிரயோகித்துப் பெரும் புயல்காற்றால் இடிந்துபோன நம் நாகரீகத்தைப் புதுப்பிப்பார்கள் என்பதற்குச் சிறிதும் ஐயமில்லை.

பர்ட்ரண்டு ரஸ்ஸலின் பதில்

தோழர் பர்ட்ரண்டுரஸ்ஸல் ஸ்காட்நிபரிங்கை மறுத்துப் பேசியதின் சாராம்சமாவது:-- "எனக்கு தோழர் ஸ்காட் நியரிங் வைத்திருக்கும் வேலை மிகக் கடினமான வேலை. நம்முடைய தொழில் நாகரீகம் பல விஷயங்களை உற்பத்தி செய்கின்றதென்றும், அவ்விஷயங்களை சரிவர அப்புறப்படுத்தி சிகிச்சை செய்யாவிடின் மனித முயற்சி யால் ஏற்பட்ட இந்த மேற்கு தேசங்களின் நாகரீகம் வெகு சீக்கிரம் க்ஷீணிக்குமென்றும் நானே பலதடவை, புத்தகங்களில் எழுதியிருக் கின்றேன். தோழர் ஸ்காட்நியரிங் என் வார்த்தைகளைக் கொண்டே என்னைச் சுட்டிக் காண்பிப்பதுமல்லாமல் உங்களை உற்சாகப்படுத்த வேண்டிய காரியத்தையும் எனக்குக் கொடுத்திருக்கின்றார்.

நாம் பேசவேண்டிய சமாச்சாரம் என்ன? மேற்குதேச நாகரீகம் சமீபத்தில் சண்டைகளாலாவது, இன்னும் மற்றக் காரணங்களாலாவது நாசமடையுமா? என்பது தற்பொழுது நாம் விசாரிக்க வேண்டிய கேள்வியல்ல. நாம் வெகு அபாயகரமான ஸ்திதியிலிருக்கின்றோ மென்றும், ஆராய்ச்சியால் ஏற்பட்ட கல்வியை நன்கு உபயோகப் படுத்தாமலிருந்தால் நம் நாகரீகம் நாசமடையுமென்றும் நான் ஒப்புக் கொள்கின்றேன். ஆனால் நாம் பேசவேண்டிய கேள்வி. நம் நாகரீகமே நாசமடையக்கூடிய அபாயகரமான கலவர நாள்களிலாவது, மற்ற எக்காலத்திலாவது சோவியத் ராஜாங்கமுறையை நாம்

கையாளுவோமா? அப்பேர்ப்பட்ட கலவரம் ஏற்பட்டாலும் சரி, ஏற்படாமற் போனாலும் சரி, சோவியத் அரசாங்க முறையை மேற்குத் தேசங்கள் கையாளமாட்டா என்பது திண்ணம்.

தோழர் ஸ்காட் நியரிங் கார்ல்மார்கஸ் (Karl Marx) சொல்லியபடி அரசாங்கமுறை, பொருளாதார முறையையும், சமூகவிருத்தியையும் ஒத்திருக்கின்றதென்று சொன்னார். சரி அதை ஒப்புக்கொள்வோம். போல்ஷ்விக்காரர்கள் ராஜீய இயந்திரத்தை ருஷ்யாவில் பிடித்துக் கொண்ட பொழுது ருஷ்யக் கைத்தொழில் தற்காலத்தில் நம் தேசங் களில் கைத்தொழிலிலிருக்கும் ஸ்திதியைவிட வெகு வித்தியாசமாக விருந்ததல்லவா? அங்கே முதலாளித்துவம் அப்பொழுது சிறுபகுதி கைத்தொழிலெல்லாம் குடிசைக் கைத்தொழில்கள் மிஷின்களும், இங்கிருப்பதுபோல் நுட்பமான இயந்திரங்களும் கிடையா நீங்கள் என்னை நம்ப வேண்டாம் லெனினை (Lenin) வாசியுங்கள். புதிய பொருளாதார முறை (New Economic Policy) கையாள வேண்டு மென்று அவர் பேசியதைப் படியுங்கள் ருஷ்யாவில் குடிசைக் கைத் தொழில்களும், வேளாள விவசாயமும் குடிக்கொண்டிருப்பதைப் பற்றி அவர் விசனிக்கின்றார். ருஷ்யா மேற்கு தேசங்களின் மிஷின் முறைகளைக் கையாளாது பண்டைக்கால முறைகளைப் பின்பற்று வதைக் கண்டிக்கின்றார். ஆகையால் நாம் தோழர் நியரிங் சொல் வதை ஒத்துக்கொண்டால் ருஷியா பொருளாதார ஸ்திதிக்குத் தகுந்த கவர்மெண்டு நம் பொருளாதார ஸ்திதிக்குத் தகுந்த கவர்மெண்டைவிட வெகு வித்தியாசமாகவிருக்க வேண்டுமென் பதற்கு ஐயமில்லை.

இங்கிலாந்திலும், ஆலிவர் கிராம்வல் (Oliver cromwell) ராஜிய பாரம் சோவியத் அரசாட்சி முறையைத்தான் பின்பற்றியது. அது அக் காலத்தில் இங்கிலாந்து பொருளாதார அபிவிருத்திக்கு ஒத்திருந்தது. சிலர் ருஷியாவைப்போல் முதலாளித்துவம் இங்கிலாந்தில் அக் காலத்தில் இல்லையென்று சொல்லலாம். ரயில்கள் கிடையாது. எண்ணெயும் சுரங்கங்களுமில்லை. ஆனால், வாசிக்கவும், எழுதவும் தெரியாத ஒரு பெரிய ஜனத்தொகை இருந்தது. நிலச்சுவான் தொண்டு செய்யும் ஏழை என்ற பழைய பிரிவினை க்ஷீணித்துக்கொண்டு வந்தது. ஒரு மத்திய வகுப்பு இருதரத்தாருக்கும் இடையே விருத்தி யடைந்து கொண்டுவந்தது. தவிரவும் தற்பொழுது ருஷியாவில் இருப்பதுபோல் க்ராம்வேலுக்கடியில் சாமியார்களடங்கிய ஒரு பெரும் சைன்யமிருந்தது. (An army of Saints) ருஷியாவில் அச்சைன் யத்தை சிகப்பு சைன்யமென்று கூப்பிடுகிறார்கள் பெயர்தான் மாறுதல்.

க்ராம்வெல்லின் சாமியார் சைன்யத்தை ருஷியாவின் சிகப்பு சைன்யத்திற்கு ஒப்பிட்டேன். அந்த சைன்யத்தை சேர்ந்தவர்கள், புஜ பலத்துக்காகவாவது. குறிபார்த்து நன்கு சுடும் வல்லமைக்காகவாவது சேர்க்கப்படவில்லை. சில தத்துவங்களைப் பூரணமனத்துடன் ஒப்புக் கொள்வதற்காகச் சேர்த்துக்கொள்ளப்பட்டனர். க்ராம்வெல்லின் சாமி யார் சைன்யம் வெகு தீவிர பியூரிடர்களை (Puritans) கொண்டு எப்படி ஆரம்பிக்கப்பட்டதோ அம்மாதிரியே ருஷியா சிகப்பு சைன்யம் தீவிர பொதுவுடமைக் கக்ஷிக்காரர்களைக்கொண்டு ஆரம்பிக்கப்பட்டது. மேலும் எப்படி போல்ஷ்விக் கக்ஷியினர் அவர்கள் தேசத்துக்குச் சற்றும் தகாத ஜார்சாம்ராஜ்யத்தைக் கவிழ்க்கப் புறப்பட்டனரோ அதே மாதிரித் தற்கால முதலாளித்துவத்தைவிட வெகு கேவலமான அரசாட்சியை தொலைக்கத்தான் க்ராம்வெல்லின் சாமியார் சைன்யம் புறப்பட்டது.

ஆகையால் தோழர் நியரிங் சொன்னதையே ஒப்புக்கொண்டு நாம் ஆராய்ந்தால் ருஷியாவின் பொருளாதார சமூகவிருத்திக்குத் தகுந்த கவர்மெண்டு, பலவிதங்களில் அதிகநாகரீகத்தை அடைந்திருக்கும். நம் சமூகத்துக்குத் தகுந்ததாயிருக்க முடியாது. நான் நம் தேசங்களில் புரட்சி ஏற்படாது என்று சொல்ல வரவில்லை. ஒரு தேசம் சண்டையில் தோல்வி அடைந்தால் நிச்சயம் தற்காலத்தில் புரட்சி ஏற்படும். அம்மாதிரி புரட்சி ஏற்படின் பின்புவரும் கவர்மெண்டு ருஷிய கவர்மெண்டு மாதிரியிருக்குமென்று மட்டும் நான் நம்பவில்லை.

தோழர் நியரிங் ருஷிய கவர்மெண்டைப்பற்றி விஸ்தரிக்கும் போது அந்த கவர்மெண்டைக் கிராமத்திலிருந்தும், தொழிற்சாலை யிலிருந்தும் வரும் பிரதிநிதிகளில் நியமிக்கப்பட்ட கவர்ன்மெண் டென்று சொன்னார். நான் அதை ஒப்புக்கொள்ளத் தயாராக வில்லை. இந்த எலெக்ஷனெல்லாம் போலி எலெக்ஷன்கள். எலெக்ஷன்களில் எல்லோருக்கும் தெரியும்படியாக ஓட்டுக் கொடுக்க வேண்டும். தவிரவும் ஒவ்வொருவரும் ஓட்டு செய்ய வேண்டும். தவிரவும் கவர்மெண்டிற்கு எதிர்க்கக்ஷியினர் கூட்டங்கூடுவதற்குக்கூட இடம் அகப்படுவதில்லை. தினசரிப் பத்திரிகைகள் நடத்த முடியாது.

ஆகையால் இந்த எலெக்ஷன்களைப்பற்றி நாம் கவனிக்க வேண்டாம். நான் இப்படித் தேர்தல்கள் நடத்தப்படுவதைப் பற்றி அவதூறாகச் சொல்லவில்லை. இங்கு எலெக்ஷன்கள் பணக்காரர்கள் டமாரமடிப்பதுபோல் நடப்பதும் தெரிந்த விஷயம். நம் கேள்வி: ருஷியாவில் நடந்திருப்பதை நாம் பின்பற்ற முடியுமா? என்பதே.

திரு. நியரிங் காரல் மார்க்ஸைப் (Karl Marx) பின்பற்றி பொருளாதாரக் காரணங்கள் மட்டுமே சமூக அமைப்பை நிச்சயிக்கின்றன என்று சொன்னார். நான் அதை ஒப்புக்கொள்ளத் தயாராகவில்லை. மதத்தால் ஏற்படும் நம்பிக்கைகள், வர்க்கக் காரணங்கள், புராதன கோட்பாடுகள் இவை எல்லாம் சமூக அமைப்பைப் பாதிக்கின்றன. உதாரணமாக ருஷிய நாகரீகத்தையும், சீன நாகரீகத்தையும் ஒத்துப்பார்ப்போம். இரு தேசங்களுக்கும் பொருளாதார முறையில் சற்றும் வித்தியாசங்கள் கிடையாது. ஆனால் என்ன வித்தியாசமான நாகரீகம்! ருஷிய நாகரீகம் 1917-க்கு முன்பு மதப்பற்றும், மனித உரிமை த்ருணமாகக் கருதும் ராஜாங்க அதிகாரம் ஒருங்கே கூட்டப்பட்ட நாகரீகம், (Highly centralised) சீனர் நாகரீகமோ சற்றும் மதப்பற்றில்லாத, ஆராய்ச்சிக்கேற்ற, ராஜாங்க அதிகாரம் ஓங்காத நாகரீகம், இதற்குக் காரணம் என்ன? தேசிய குணாதிசயமும், நூற்றாண்டுகளாக பொதுஜனங்களின் வாழ்கையுமே.

நாம் இருநூற்றைம்பது வருடங்களுக்கு முன்பு, ருஷியாவில் தற்பொழுது 6-லக்ஷம் போல்ஷ்விக்காரர்களால் செய்யப்படும் காரியத்தை செய்திருந்தால் அதிக பலன் கிடைத்திருக்கும். ஆனால், அந்தக் காரியம் இச்சமயத்தில் சற்றும் பொருத்தமில்லை. இருநூற்றைம்பது வருடங்களில் நம் வாழ்க்கையும் தேசியக் குணங்களும் மாறிவிட்டன. 18-ஆம் நூற்றாண்டின் நம்பிக்கையற்ற நுட்ப ஆராய்ச்சியும் 19-ஆம் நூற்றாண்டின் பூரண நம்பிக்கையும், சந்தோஷமும் நம் மனப்பான்மையை மாற்றிவிட்டன.

போல்ஷ்விக் கக்ஷிக்காரர்கள் தாங்கள் சாஸ்திரப்படி நடக்கின்றவர்களென்றும், இயற்கைச் சாஸ்திரங்களுக்கு மாறாக நடக்கின்றவர்களென்றும் சொல்லிக்கொள்கிறார்கள். ஆனால் சரியான சாஸ்திரி என்பவன் யார்? தான் சொல்லும் வார்த்தைகளை நன்குணர்ந்தவனும், சிறிது சிறிதாக ஆராய்ச்சியால் ஏற்படும் நியாயங்களை அவசரப்பட்டுக் கோர்க்காதவனும், பரிக்ஷார்த்த தத்துவங்களை மட்டும் நம்புகிறவனும், சிறிது தெரிந்தவுடன் வெகு நேர்த்தியான கற்பனைகளை ஏற்படுத்த ஆசைப்படாதவனும்தான் பெரிய சாஸ்திரி.

ஆனால், மார்க்சைப் பின்பற்றி சரித்திர முழுவதும் பொருளாதார காரணத்தால்தான் ஏற்பட்டது என்று சொல்பவர்கள் சாஸ்திரிகளாக மாட்டார்கள். மார்க்ஸ் சொன்னது போல் உலகம் ஒரே மாதிரிதான் முதலாளித்துவத்திலிருந்து ருஷ்யாவைப்போல், போல்ஷ்விக்காரர்கள் கையிலகப்படுமென்று எனக்குத் தோன்றவில்லை. மனிதனின் புத்தியும், வாழ்க்கையும் எண்ணிறந்த விமரிசையுள்ளது. ஒரு மனிதன்

மற்றொரு மனிதனைப்போலில்லை. இருவர் ஒரே பொருளாதார நிலைமையில் இருந்திருந்தபோதிலும் நடத்தையிலும், வாழ்க்கையிலும் மிக வித்தியாசப்படலாம். அம்மாதிரியேதான் இரண்டு தேசங்கள் இரண்டும் ஒரே பொருளாதார நிலைமையிலிருக்கலாம் ஒன்று க்ஷீணிக்கலாம், ஒன்று விருத்தியடையலாம்.

மார்க்சின் உபதேசம் வெகு லகுவாயிருக்கிறது. உலகமும், உலகத்தில் நடக்கும் வைபவங்களும் அவ்வளவு லகுவாக நாம் கருத முடியாது. உலக முன்னேற்றத்தைப் பற்றி வெகு அழகாகவும், விமரிசையாகவும் பிரசங்கத்தைக் கேட்டால், நாம் இம்மாதிரி அதிசீக்கிரத்தில் முன்னேற்றம் வேண்டுமென்று கூறிய பழைய ஞானிகளைப் பற்றிச் சற்று சிந்திப்போம்.

ஒரு பெரிய கலவரத்துக்குப்பின் ஓர் ‘ராமராஜ்யம்’ வரப் போகின்றது என்று பிதற்றுபவர் சாஸ்திரியல்ல. ருஷ்யாவில் நடந்ததே நமக்கு உள்ளங்கை நெல்லிக்கனி போல் நான் சொல்வதை விளக்குகின்றது. ருஷ்யாவில் 1917-ஆம் வருடத்துக் கிளர்ச்சிக்குப் பின்பு பெரிய புணருத்தாரணம் நடக்கப் போவதாகச் சொன்னார்கள். நான்கு வருடம் பொதுவுடமையைக் கையாண்டபின் அவர்கள் அப்பூரணப் பொதுவுடமையைச் சற்று சாந்தப்படுத்த வேண்டியிருந்தது. நான் பொது உடமை வேண்டாம் அல்லது பலிக்காது என்று சொல்வதாக எண்ணக் கூடாது. எல்லாவற்றிற்கும் ஜனங்கள் தயாராகவிருக்க வேண்டுமென்றும் அப்படித் தயாராக்குவது பல நாட்கள் பிடிக்குமென்றுந்தான் நான் வாதாடுகிறேன்.

ருஷியாவைப் போல்ஷ்விக்காரர்கள் பிடித்துக்கொண்டவுடன் சில வருடங்களுக்குப் பழைய ஜார் சக்கரவர்த்தி (Czar) அரசாண்டது போலவே ஆளவேண்டியிருந்தது. கவர்மெண்டு சாரணர்களை உபயோகித்தும், போலீஸ்காரரைக் கொண்டு நாகரீக சட்டங்களுக்கு மாறாக அரஸ்ட் செய்தும், ஜெயிலில் தங்கள் எதிரிகளை அகாரணமாகத் துன்புறுத்தியும், ஜனங்களைத் துப்பாக்கி மூலமும், வெடிகுண்டு மூலமும் பயமுறுத்தி ஆண்டும் வந்தனர். தற்காலத்தில் அது மாறிவிட்டது என்று நான் ஒப்புக்கொள்கிறேன். புதிய பொருளாதார முறையைக் கையாண்ட பின்பு அவ்வளவு நிர்ப்பந்தங்களில்லை.

தோழர் ஸ்காட் நியரிங் ருஷியாவில் எல்லோருக்கும் நியாயமும், சமதர்மமும் கிடைப்பதற்கு அதிக ஹேதுவிருக்கின்றதென்று சொல்லுகின்றார். அந்த மனப்பால் மிகவும் சிறப்பானதென்பதற்குச் சிறிதும் ஐயமில்லை. ஆயினும் ருஷியாவில் தற்பொழுதுகூட அது

முற்றிலும் நடைபெறவில்லை. பொருளாதார முறையில் மிகவும் வியக்கத்தக்க விதங்களில் சமதர்மம் ஓங்கியிருக்கின்றது. ஆனால் ராஜீய முறையில் சமதர்மமில்லை (Political Justice) ராஜீய முறையில் சமதர்மமில்லாததால் சிலரிஷ்டப்பட்டால் பொருளாதார முறையில் சமதர்மமில்லாமல் செய்யக்கூடுமல்லவா?

ஆகையால் ராஜீயவாதிகள் நியாயபுத்தியிலும், தேசபக்தியிலும் பொதுஜனக்கைங்கர்ய வாஞ்சையிலும்தான், போல்ஷ்விக் முறை நம்பி நடத்தப்படுகிறது. ஆனால், ராஜீயவாதிகளைப்பற்றி நமக்குக் கொஞ்சம் தெரியும். ராஜ்யவாதிகள் ராஜீயவாதிகள்தான். மேற்கு தேசங்களிலும் சரி, கிழக்குத் தேசங்களிலும் சரி அவர்களெல்லாம் ஒரே ஜாதி. அதுதான் ஓர் பெரும் கஷ்டம். அக்காரணத்தால்தான் எனக்குக் கலவரத்தாலும், அமைதியில்லாத முறைகளாலும் ஏற்படும் நன்மைகளைப்பற்றி நம்பிக்கையில்லை.

மேலும் ருஷியாவிற்கும், நமக்கும் ஓர் பெரிய வித்தியாசம் ருஷியாவில் ஓர் உபயோகமற்ற அரசாங்கமும், ஓர் உபயோகமற்ற பிரபு கோஷ்டியின் அரசாட்சியுமிருந்தன. அமெரிக்காவிலும் இங்கிலாந்திலும் அதிகாரமுள்ள அரசரும் கிடையாது. மேலும் ராஜாங்க முறைகளில் தேர்ச்சிபெற்ற மிகவும் சாதுர்யமுள்ள பிரபுத்வமும் உயிருடனிருக்கின்றது. இவர்களில் பலர் தங்கள் புத்தியினாலும், சாதுர்யத்தினாலும், நிறைவேற்றும் ஜவாப் தாரித்தனமுள்ள பெரும் நிர்வாகிகளாயிருக்கின்றனர். ஆகையால் ருஷ்ய போல்ஷ்விக்காரர் களைப் போல் இவர்களை நாம் துரத்தவேண்டுமென்றால் நாம் இலகுவில் அதைச் செய்ய முடியாது. மைனாரிட்டியாகவிருந்து கொண்டு இந்தத் தேர்ச்சியடைந்த சாதுர்யம் வாய்ந்த பிரபுத்துவத்தைத் தோற்கடிக்க முடியாது. ஜனங்களின் மனப்பான்மையைத்தான் நாம் முதலில் மாற்ற வேண்டும்.

ருஷ்யாவில் அது வேண்டியிருக்கவில்லை. ஜனங்களுக்கு அங்கு ஒன்றும் தெரியாது. மேலும் நூற்றாண்டு நூற்றாண்டுகளாகக் கொடுங் கோல் அரசாட்சியின் கீழிருந்ததால் அவர்களுக்குப் பலாத்கார அரசாட்சி முறையைப்பற்றி அவ்வளவு ஆக்ரோஷமில்லை. ஆனால் நாம் குடியிருக்கும் மேற்கு தேசங்களிலோ பலர் படிப்பாளிகள் ராஜிய முறைகளைத் தினேதினே சாப்பிடும் நேரங்களிலும் பரிசோதிப் பவர்கள். சுயேச்சைப் புத்தியுள்ளவர்கள் மனச்சாட்சியின் விடு தலையில் நம்புகின்றவர்கள். பத்திரிகைகளின் சுயேச்சையைப் பூஜிக் கின்றனர்கள்.

ருஷ்யாவில் சோவியத் அரசாட்சி புத்தியுள்ள தீவிரவாதிகளின் அரசாட்சி ஒரே மனித அரசாங்கமுறையிலிருந்தும் குடியரசு அரசாங்க முறைக்கு ஜனங்கள் பழக்கப்படும் வரையில் இந்தப் புத்தியுள்ள சிலரின் அரசாட்சி நன்மையை அளிக்கும். ஆனால், இங்கிலாந்திலும், அமெரிக்காவிலும் அது பலிக்காது. இங்கு ஜனங்கள் அரசாங்க முறைகளில் தேர்ச்சியடைந்தவர்கள். இங்கு பலாத்காரமாக ராஜியத் தைப் பிடிக்க முயன்றால் ருஷியாவைப் போல் போல்ஷ்விக் பொது வுடமைக் கட்சியினரிடத்தில் ராஜ்யம் அகப்படாது. இத்தாலியைப் போல் பேசிஸ்டு (Facist) கட்சியினர் கையிலகப்படும். இந்த பேசிஸ்டு கட்சியினரை ஆட்டி வைப்பவர்கள் யார்? நான் முன் சொன்ன சாதுர்யமுள்ள புத்தியில் சிறந்த நிறைவேற்று ஜவாப்தாரித்தனமுள்ள நிர்வாகிகள்தான். அவர்களுக்குக் கையிலிருந்த பழம் பாலில் நழுவி விழுந்தாற் போலாகும்.

படிக்கவும் எழுதவும் பெரும்பான்மையோருக்குத் தெரிந்த தேசத் தில் ருஷ்ய முறை கையாளுவது பிரயோஜனமில்லை. ருஷியாவில் தற்காலத்தில் நடந்துவரும் அரசாட்சி முறையை சற்று மதப்பற்றுள்ள முறையென்றே நான் சொல்லுவேன். கிருஸ்துவுக்குப் பதிலாக அவர்கள் மார்க்சைக் கொண்டாடுகிறார்கள். நான் மார்க்ஸ் சொல்லுவதுபோல் பொருளாதார காரணங்கள் மனிதனின் நடத்தை யைப் பெரும்பாலும் தீர்மானிக்கின்றது என்றே சொல்லுவேன். ஆனால் பொருளாதாரக் காரணங்கள் மட்டுமே மனிதனைக் ஆட்டி வைக்கின்றதென்று நான் சொல்லுவதற்குத் தயாராகவில்லை.

நான் இக்காரணத்தால்தான் போஷ்விக்காரர்கள் சாஸ்திர ரீதியாக வில்லையென்று சொல்லுகின்றேன். அவர்கள் வேதம் மார்க்சின் புத்தகம், மார்க்சின் வேதவாக்கு எக்காலத்திலும், எக்காரணத்தைக் கொண்டும் மாற்ற முடியாது. மார்க்சின் காலத்திற்குப்பின் மனித வாழ்க்கையைப்பற்றி பல சமாசாரங்கள் கண்டுபிடிக்கப்பட்டிருக் கின்றன. ஆனால் அவையெல்லாம் மார்க்ஸ் வேத புத்தகத்தில் இல்லை. ஆகையால் அவை மனித வாழ்க்கைக்கு முக்கியமில்லை. இருபதாம் நூற்றாண்டில் ரோமிலிருக்கும் போப்புகூட இப்படிப் பேசத் துணிய மாட்டார்.

ஆகையால்தான் உலக முன்னேற்றம் படிப்படியாகத்தான் ஏற்பட வேண்டுமென்று நான் பூரணமாய் நம்புகின்றேன். சரியான முன் னேற்றம் சற்று பொறாமையுடனும், சற்று மெதுவாகவும், சற்று சப்தமில்லாமலும் ஏற்படும் ருஷியாவைப் பின்பற்ற பலருக்கு

இருக்கும் ஆசை, சீக்கிரம் இக்கஷ்டங்கள் நிரம்பிய மாற்றம் வேண்டும் என்பதாலும், கரகோஷத்துடன் உலகை சீர்திருத்த வேண்டும் என்ற புத்தியால் ஏற்படுகின்றது. ஆனால், அது முடியாத காரியம் ருஷியாவிலேயே இப்பொழுதுதான் புள்ளிவிவரங்கள் தெளிவாய் முன்னேற்றத்தைக் காண்பிக்கின்றன. பல காரணங்களால் அவர்கள் நினைத்ததை நடத்த முடியவில்லை.

தோழர் நியரிங் சொன்னது போல், பெரும் புயல்காற்றுகள் நம் நாகரீகத்தைத் தாக்கினால், ருஷ்யாவைப்போல் போல்ஷ்விக்காரர்கள் கையில் நம் தேசங்கள் அகப்படா. பொது உடமையாவது, முதலாளித் துவமாவது உயிருடனிருக்க முடியாது. இரண்டாயிரம் வருடங்களுக்கு முன்பிருந்த ஸ்திதிக்கு ஐரோப்பாவும், அமெரிக்காவும் வந்துவிடும் என்பதில் எனக்கு ஐயமில்லை நம்மில் சிலர் அம்பும், வில்லும் வைத்துக்கொண்டு பறவைகளையும் மிருகங்களையும் கொன்று தின்று கொண்டு வாழ்வர்.

ருஷியா புத்துயிருடன் எழுந்ததற்குக் காரணம் மற்ற தேசங்கள் ஒருவாறு அத்தியாவசிய சாமான்களைச் சிறிது காலத்திற்கு உதவி யதால்தான். (இவ்வுதவி மிகவும் கொஞ்சமென்று ரஸல் ஒப்புக் கொள்கின்றார்.) நாகரீக தேசங்களெல்லாம் ஒரு பெரும் யுத்தத்தில் கலந்து ஒருவரையொருவர் மாய்த்துக்கொண்டால் யார் இவர்களுக்கு உதவி புரிய முடியும்?

ஆம் இரண்டாயிர வருட முன்னேற்றத்தைச் சில பைத்தியம் பிடித்த அசடுகள் நாசமாக்க நாம் விட்டிருக்கின்றோம். கரகோஷத்துடன், பார்க்கக் கண் பறிக்கத்தக்க விமர்சையுடன், வெகு சீக்கிரம் முன்னேற்றமடையும் காலத்தை நாம் தாண்டிவிட்டோம். தற்பொழுது சிறிது, சிறிதாக அவசரமில்லாமல் நாம் மனித வாழ்க்கையை மேம்படுத்த வேண்டும். அதுதான் என் கொள்கை. •

ஜார்ஜ் பர்னாட்ஷா அமெரிக்கர்களுக்காகச் செய்த உபந்யாசம்

(குடி அரசு பதிப்பகம் - ஈரோடு, 1933)

ஓ எனதன்புள்ள அமெரிக்காவே!

ஓ அமெரிக்க நண்பர்களே!!

என்னை ரஷியப் பித்துப் பிடித்தவன் என்று கூறிக்கொண்டு திரியும் மேதாவிகளே!!!

உங்கள் நாட்டின் தற்கால உண்மை நிலைமையை நீங்கள் சரியாக உணர்ந்திருப்பீர்களேயானால் என்னைப் பற்றி அம்மாதிரி ரஷியப் பித்துக் கொண்டவன் என்று பிதற்றி இருக்க மாட்டீர்கள்.

ரஷியா நம்மைப்பார்த்து சிரிக்கின்றது.

ரஷியா நம்மையெல்லாம் முட்டாள்களாக்கி விட்டது.

அதன் முன்னேற்றம் நம்மை வெகு தூரம் பின்தள்ளி தோற்கடித்து விட்டது.

நம்மை, நாமே வெட்கித் தலைகுனியும்படியும் செய்துவிட்டது.

இவ்வளவோடு நில்லாமல், நமது வண்டவாளங்களையெல்லாம் உலக மறிய வெளியாக்கிவிட்டது.

இனி என்ன செய்ய வேண்டியது பாக்கியாக இருக்கின்றது? என்று நீங்கள் கருதுகிறீர்கள் என்பது எனக்குத் தெரியவில்லை.

உலகத்தில் நம்மைவிட ஒழுக்கத்தில் சிறந்தவர்கள் கிடையாது என்று மலை உச்சியில் ஏறி ரஷ்யாவுக்கு ஞானோபதேசம் செய்தோம்.

ஆனால், இப்போது அந்தக் காலம் மலையேறிவிட்டது. எப்படி யெனில் நாம் இன்று ரஷியாவைக் கண்டு நாணி வெட்கி-முக்காடிட்டு கொண்டதுடன் மறைந்துகொள்ள மலைச்சரிவில் புகார்களைத் தேடுகின்றோம்.

ரஷ்யா நாஸ்திக நாடா?

நாம் ரஷியாவை கடவுள் தன்மையற்ற நாஸ்த்திக தேசம் என்று குற்றம் சாட்டி பரிகசித்தோம்.

ஆனால், இன்று அந்த ரஷ்யாவானது உலகத்தில் உள்ள எல்லாக் கடவுள்களுடையவும் அருளுக்கும், கருணைக்கும் பாத்திரமாக அவற்றின் அருள் முழுவதையும் தானேபெற்று ஜெகஜ் ஜோதியாக விளங்குகின்றது.

நாமோ, அக்கடவுள்களின் கோபத்திற்கு ஆளாகி பிழைக்க வழியற்று, ஒண்டுவதற்கு நிழலில்லாமல் திண்டாடுகின்றோம்.

மனித அபிமானத்தின் மேல் நிலையைப் பெற்றுவிட்டதாகவும், உலகில் நாமே மிக ஜீவகாருண்யம் உள்ளவர்கள் என்றும், மனித சமூக நன்மைக்கு வேண்டிய தொழில் முறைகளையெல்லாம் ஏற் படுத்தியாய் விட்டதென்றும் ஜம்பத்தின் மேல் ஜம்பம் அடித்துக் கொண்டிருந்தோம்.

இதற்காக மக்கள் பட்டினியால் வாடுவதையும், வேலையில்லாமல் திரிவதையும், தெரியாதவர்கள் போல் நடித்துவந்தோம்.

இவற்றின் பயன் எல்லாம் முடிவில் நாம்தான் ஓட்டாண்டி (பாப்பர்) ஆக நேர்ந்தது.

இதைக் கண்ட ரஷியா குதித்துக்குதித்து கெக்கலி கொட்டி சிரிக்க நேர்ந்தது. இவைதான் நமது ஜம்பத்தால் ஏற்பட்ட பயன்.

உங்கள் தலைவரும் செல்வரும்

உங்கள் (அமெரிக்கா) நாட்டுக் குடி அரசுத் தலைவரோ "மகா யுத்தகாலத்தில் ஏற்பட்ட நெருக்கடியிலிருந்த மக்களை விடுவித்து பட்டினிகிடந்து உழலும் ஐரோப்பிய மக்களுக்கு உணவளித்துக் காப்பாற்றியவர்" என்றுதான் பெரும் புகழைப் பெற்றவர்.

ஆனால் அப்படிப்பட்ட அவர், இன்று அவரது (அமெரிக்கா) நாட்டி லேயே பட்டினியால் சாகும் பத்து லட்சக் கணக்கான மக்களுக்கு உயிர்த்தண்ணீர்விடக்கூட மார்க்கமில்லாமல் திண்டாடித் திகைக்க வேண்டியவராய் இருக்கிறார்.

உங்கள் நாட்டு கோடீஸ்வரர்களான செல்வவான்களோ, "ஐயோ பணமே கையைவிட்டுப்போகின்றாயே" என்று கூப்பாடு போடும் ஓசையானது உலகமெல்லாம் எதிரொலி கிளம்பும்படி செய்வதுடன் இங்கிலாந்திலுள்ள பாங்கிகளையெல்லாம் தீபாவளியாக்கி மூடும்படி செய்துவிட்டது.

இங்கிலாந்தும், அமெரிக்காவும்

இது மாத்திரமல்லாமல் இங்கிலாந்து தேச அரசாங்க நிர்வாக (பட்ஜட்) வரவு செலவு திட்டத்தில் எட்டரைக்கோடி டாலர் (முப்பது கோடி ரூபாய்) போதாமல் துண்டுவிழுந்து கடன் வாங்கித் தீரவேண்டிய நிலைமைக்குக் கொண்டுவந்துவிட்டது.

இப்படிச் செய்ததின் மூலம் உங்கள் (அமெரிக்கா) தேசமாவது வாழ்ந்ததா என்று பார்த்தால் அப்படியும் இல்லாமல், இந்த வருஷத்திய அமெரிக்க வரவு செலவு (பட்ஜட்) திட்டத்தில், எங்களை (இங்கிலாந்தை) விட ஐந்து பங்கு அதிகமாய் அதாவது, நாற்பத்தி ஐந்து கோடி டாலர் (நூத்தி அறுபது கோடி ரூபாய்) போராமல் துண்டு விழுந்து இருக்கிறது.

எங்களுடைய (இங்கிலாந்து) தேச முதலாளிகள் முப்பது லட்சம் ஜனங்களை தொழில் இல்லாமல் தெருவில் திண்டாடித் திரியும்படி செய்திருக்கிறார்கள்.

உங்களுடைய (அமெரிக்கா) தேச முதலாளிகள் அறுபது லட்சம் பேர்களை தொழில் இல்லாமல் திண்டாடித் தெருவில் திரியும்படி செய்திருக்கிறார்கள்.

இரு தேசத்து ராஜதந்திரிகளும் (அரசியல் தலைவர்களும்) பசியால் வாடிக்கூக்குரல் இடுகின்றவர்களைத் தடியால் தாக்கிப் பசியை அடக்கப்பார்க்கின்றார்கள்.

அல்லது அரைவயிற்றுக்குக்கூட போராத அளவு பிச்சை கொடுப்பது போல் ஏதோ பிரமாதமாய் தர்மம் செய்வதுபோல் நடித்து நொடித்துக் கொடுக்க யோசிக்கின்றார்கள்.

நமது விவசாயமும், தொழிலும்

நமது விவசாயங்களும் நாசமாய்ப் போய்விட்டது.

நமது தொழில் முறைகள் எல்லாம் அளவுக்கு மீறின உற்பத்தியால் மோதுண்டு சிதைந்துபோய்விட்டன. ஏனெனில் அவற்றால் கிடைக்கும் லாபங்களை சரியானபடி பயன்படுத்தாததினால் தாயே பிள்ளையின் கழுத்தைத் திருகிக்கொன்றதுபோல், லாபமே தொழில்முறையைக் குலைத்துவிட்டது.

ஆகவே தாமே மிக புத்திசாலிகள் என்று பெருமை பாராட்டிக் கொண்டிருந்த நமது நாடானது, தொழில் திறமை இல்லாமையால் மக்களுக்கு வேலை இல்லாமையும், அரசியல் திறமை இல்லாமையால் வரவு செலவு திட்டத்தில் பணம் போதாமையும் பொருளாதாரத் திறமை இல்லாததால் நாட்டில் பணப்பஞ்சமும் ஆகியவைகளால் அல்லல்படுகின்றது.

ஆனால் ரஷ்யாவோ,

ஆனால் ரஷ்யாவோ, அதன் வரவு செலவு திட்டத்தில் ஏழரைக் கோடி டாலர் (இருபத்தி ஆறு கோடி ரூ.) மீதியாக இருக்கவும் அங்குள்ள எல்லா ஆணுக்கும், பெண்ணுக்கும் தாராளமாய் வேலை இருக்கும்படியாகவும், அதன் சாஸ்திரீய விவசாய முறை முற்போக்கானது முன்னிலும் இரண்டு பங்கு, மூன்று பங்கு அதிகமான வெள்ளாமை பலன் கொடுக்கக்கூடியதாகவும், இடரி விழுந்தால் தொழிற்சாலைகளின் மேலேயே விழும்படியான அவ்வளவு எங்கு பார்த்தாலும் தொழிற்சாலை மயமாகவே விளங்கும்படி பெருகவும் நிபுணத்துமான நிர்வாக ஆட்சி செய்யத்தக்க மேதாவிகளும் வேறு எந்த நாகரிக நாட்டிலும் இல்லாத அளவு ஏழை ஜனங்களும் - பாமர ஜனங்களுமாய் இருந்தவர்கள் தங்கள் வாழ்வைப்பற்றி கவலையற்று நம்பிக்கையும், உறுதியும், ஜவாப்புதாரித்தனமும் கொண்டு நிம்மதியாய் நிர்சிந்தனையாய் வாழும் தன்மையும் தாண்டவமாடு கின்றன.

ரஷ்யா என்ன சொல்லுகிறது?

இந்த நிலைமைகொண்ட ரஷியர்கள் நம்மைப்பார்த்து சிரித்து, பரிதாபப்பட்டு "ஓ வடிகட்டின அடிமுட்டாள்களே" என்று மரியாதைப்பட்டம் கொடுத்து அழைத்து, "நீங்கள் ஏன் எங்களைப் பின்பற்றி நாங்கள் நடக்கின்ற மாதிரி நடக்கவில்லை? உங்கள் நாட்டு மக்களுக்கு வேலை கொடுக்கவும், சாப்பாடு போடவும், உங்களுக்கு யோக்கியதை இல்லாவிட்டால் – உங்களால் முடியாவிட்டால் (யோக்கியதை இல்லை) அவர்களை எங்களிடம் அனுப்புங்கள். அவர்கள் எந்த வேலைக்குத் தகுதி உடையவர்களோ அந்த வேலை யைக் கொடுத்து உணவளித்துக் காப்பாற்றுகின்றோம்.

மற்றும் உங்கள் தேச மக்களைப் பட்டப்பகலில் நடுத் தெருவில் கொள்ளைகள் அடிப்பதில் இருந்தும், கொலைகள் செய்வதில் இருந்தும், தடுத்துக் காப்பாற்ற உங்களால் முடியவில்லையானால்

அப்படிப்பட்டவர்களையும், எங்களிடம் அனுப்புங்கள். அவர்களையும் எல்லாம் திருத்தி நற்புத்தி உண்டாக்கி, அவர்களால் உங்களுக்கு என்றும் எவ்வித தொல்லையும் இல்லாதபடி செய்விக்கின்றோம். ஒரு சமயம் எங்களாலும் அவர்களைத் திருத்த முடியாவிட்டால் பிறகு அவர்களால் உலகில் எவருக்குமே எவ்வித தொந்திரவும் உண்டாகாதபடி செய்துவிடுவோம்" என்று வீரகர்ச்சனை செய்கின்றது. நாமோ இதற்கு எவ்வித பதிலும் சொல்ல முடியாமல் பேந்தப்பேந்த விழிக்கின்றோம். "இது என்ன புதுமை" என்று ஏங்கி மலைக்கின்றோம்.

ஆதிகர்த்தர் அமெரிக்கர்களே

ஆனால், இவற்றையெல்லாம் கண்டும், கேட்டும் மலைப் புற்றிருக்கும் உங்களுக்கு ஒரு ஆறுதல் இருக்கின்றது. அதென்ன வென்றால் இன்றைய தினம் ரஷ்யர்கள் செய்யும் இந்த அதி அற்புதமான மேற்கண்ட செயல்களுக்கெல்லாம் ஆதிகாரணஸ்தர்கள் உங்கள் அமெரிக்கர்கள்தான் என்பதும், அவர்கள் தான் 50 வருஷங்களுக்கு முன்பே இந்தக் கொள்கைகளை எடுத்துக்காட்டியவர்கள் என்பதும், அதற்காக பல அமெரிக்கர்கள் சிறை சென்று கஷ்டப்பட்டிருக்கிறார்கள் என்பதுமேயாகும்.

எனது ஞான உதயம்

நான் ஒரு அமெரிக்கனல்ல. ஆனால், அதைவிட மோசமான ஐரிஷ் தேசத்தவன். எனது சிறு வயதில் ஹென்றி ஜார்ஜ் என்னும் ஒருவரால் ஆச்சரியப்படத்தக்க வண்ணம் என் கண்கள் திறக்கப்பட்டதுடன், அவரது வழியையே பின்பற்ற வேண்டும் என்ற எண்ணமும் உதித்தது. அதன் பயனாய் "கார்ல் மார்க்ஸ்" என்னும் ஒரு ஜெர்மனி யூதப் பெரியாரைப் பற்றினேன். அதிலிருந்து என் கண்களுக்கு மிகுதியும் அதிகமான பிரகாசம் ஏற்பட்டன. (அதாவது மேற்கண்ட இருவர்களால் எழுதப்பட்ட புஸ்தகங்களைப் படித்துப்பார்த்தால் இக்கொள்கைகளைப் பற்றிய தெளிவு ஏற்பட்டது என்பது கருத்து மொ-ர்).

இதன் பயனாய் நான் கண்ட உண்மை என்னவென்றால் முதலாளி தத்துவத்தினால் மனிதன் கொஞ்ச காலத்துக்கு செல்வத்தோடு புரளலாம். ஆனாலும், அதற்காக 100க்கு 90 வீதம் எண்ணிக்கையான மக்கள் பயங்கரமான மிகக்கொடிய துக்கத்திற்கும், தலைதூக்க முடியாத தரித்திரத்திற்கும் ஆளாக வேண்டியிருக்கிறது என்பதை மறுக்க முடியாது.

மற்றும் இதன் பயனாய் நாகரீகம் மனிதத்தன்மை என்பதே அரிதாகிவிடுகிறது என்பதையும் நன்றாய் உணர்த்தேன். பிறகு பதினான்கு வருஷங் கழித்து ருஷிய தேசத்து Oulianoir ஔலியனாவப் என்ற மறு பெயர் கொண்ட லெனின் என்பவர் என்னைப்போலவே அதாவது மார்ச்சினுடைய நூல்களைப் பயின்றார்.

மகாயுத்தத்தின் பலன்

1914ஆம் வருஷத்தில் எங்கள் ஏகாதிபத்திய அரசாங்கங்கள் எங்களை ஒரு பெரிய யுத்தத்தில் இழுத்துவிட்டன. ஆனால், நீங்களோ வெகு ஜாக்கிரதையாகத் தப்பித்துக்கொள்ளப் பார்த்தீர்கள். என்ன செய்தும் நீங்களும் யுத்தத்தில் கலந்து தீரவேண்டிய நிர்ப்பந்தம் வந்து சேர்ந்துவிட்டது.

ஆகவே யுத்தத்தில் கலந்தீர்கள். அதற்காக நன்றி செலுத்துகிறேன். கடைசியாக அந்த யுத்தமானது மேற் குறிப்பிட்ட மூன்று ஏகாதிபத்தியங்களும் எந்த உள் எண்ணத்தைக் கொண்டு உலக மக்களை யுத்தத்தில் இழுத்துவிட்டனவோ அதற்கு நேர்மாறான பயனையே அடைய நேர்ந்தது. அதாவது உலகத்தைக் கொள்ளை கொள்ள நினைத்துத் தொடங்கிய யுத்தமானது அம்மூன்று ஏகாதிபத்தியங்களையுமே அந்த யுத்தம் கொள்ளை கொள்ள வேண்டியதாய்விட்டது மற்றும், முடி அரசாய் வெகு காலம் விளங்கி வந்த ஐரோப்பா தேசம் இன்று குடி அரசு மயமாய் விளங்க நேரிட்டது.

ஐரோப்பிய ஐக்கிய நாடுகளைவிட பெரியதாய் இருந்த ஒரே ஒரு முடியரசைத் தனிப்பெரும் வல்லரசை (ரஷியாவை) பொது உடமைக் கொள்கையை ஏற்ற குடி அரசு கொண்ட ஐக்கிய நாடாக (Federation of communist Republic ஆய்) செய்துவிட்டது. இது நீங்கள் ஒரு நாளும் எதிர்பாராத காரியம் அல்லவா?

இன்று அங்கு, எங்கு பார்த்தாலும் கார்ல் மார்க்ஸ் வாழ்க!

உலக தொழிலாளிகளே ஒன்று சேருங்கள்!!

உலக ஏழை மக்களே ஒன்று சேருங்கள்!!!

ஏகாதிபத்தியங்களைக் கவிழ்த்துங்கள்!!!!

என்ற ஆனந்தக் கூச்சலை வானமளாவக் கிளப்பவா உங்கள் மக்களை யுத்த பீடத்திற்கு அனுப்பி பலிகொடுத்தீர்கள்?

மகாயுத்தம் பெற்ற குழந்தை

எப்படியோ மகாயுத்தத்தின் பயனாய் உங்கள் வாலிப மக்கள் சிந்திய இரத்தத்திலிருந்தும், உலக சமாதானத்திற்கென்று நீங்கள் செலவழித்த பணத்திலிருந்தும், பிறந்த குழந்தை, தான் இந்த அபேதவாத சமதர்ம பஞ்சாயத்து குடியரசாகும் (U.S.S.R.) இந்த விபரீதத்தை நீங்கள் எதிர் பார்க்கவில்லையானாலும், இதற்குத் தகுந்த சன்மானம் இது தான் என்று கடவுள் தீர்மானித்து விட்டார். அதை அடைந்தும் ஆய்விட்டது ஆகவே அதை நேர்மையான தன்மையான முறையில் பயன்படுத்திக் கொள்வது தான் இனி புத்திசாலித்தனமாகும்.

வல்லரசுகளுக்கும், மகா யுத்தத்திற்கும் பிறந்த குழந்தையாகிய ரஷிய அபேத வாத தேசத்தின் வியாபாரம் பெருகி ஓங்கவும், நீங்களும் (அமெரிக்காவும்) இங்கிலாந்தும், பிரான்சு தேசமும் பிள்ளைப் பேருக்கு ஏற்பட்ட (யுத்தக் கடன்) கடனை அடைக்க முடியாமல் திண்டாடிக்கொண்டுமிருக்கையில் நான் கூறுவது செவிடன் காதில் சங்கூதுவது போல்தான் முடியும் என்பது எனக்குத் தெரியும்.

ஆனால், நான் இப்போது மாத்திரம் இதைச் சொல்லி உங்களைப் பரிகாசம் செய்யவரவில்லை. அந்தக் காலத்திலேயே அதாவது மகாயுத்த காலத்திலேயே, 1914ஆம் வருஷத்திலேயே சொன்னது உங்களில் பலருக்கு ஞாபகமிருக்கலாம் என்ன சொன்னேன்?

எனது யோசனையைக் கேட்காதவர்கள் அடைந்தபலன்

"இருதரப்பு சேனைகளுக்கும் சிறிதாவது பகுத்தறிவு இருக்கு மானால் தங்கள், மேல் அதிகாரிகள் கட்டளை இடுகிறார்கள் என்பதற் காக ஒருவரை ஒருவர், சுட்டு வீழ்த்திக் கொள்ளுவதற்குப் பதிலாக அவரவர்கள் வீடுகளுக்குச் சென்று தங்கள் தங்கள் காரியங்களை கவனிப்பார்களாக" என்று சொன்னேன். அந்த சமயத்தில் உங்களில் பலர் என்மீது எரிந்துவிழுந்தார்கள்.

"தேசீயத்திற்கும் பகுத்தறிவுக்கும் என்ன சம்பந்தம்?" என்று பலர் கேட்டார்கள். அதாவது "புகழுக்காகவும், தேச பக்திக்காகவும் செய்யப்படும் யுத்தத்தைப் பகுத்தறிவுக் கண்கொண்டு பார்ப்பது ஒழுங்காகாது" என்று கடிந்தார்கள்.

பிரிட்டிஷ் சிப்பாய்கள் பகுத்தறிவில்லாமல் மக்களைச் சுட்டுக் கொன்று கொண்டே இருந்தார்கள். பிரஞ்சு சிப்பாய்கள் புத்தி

இல்லாமல் தங்களின் வீரத்தைக் கொளுந்து விட்டெரியக் காட்டிக் கொண்டே இருந்தார்கள். ஜர்மனி சிப்பாய்களும், ஆஸ்டிரியா சிப்பாய்களும் மேற்கண்டவர்களைப் போலவே முட்டாள் தனமாய் நடந்துகொண்டார்கள். இத்தாலிய படையும் இதில் சேர்ந்துகொண்டது. அமெரிக்க சிப்பாய்களோ உடனே கூட்டத்தில் கலந்துகொள்ள ஆத்திரப்பட்டார்கள் துடித்துக் கொண்டிருந்தார்கள். இவர்களில் அமெரிக்க சோல்ஜர்களே அடி முட்டாள்களாய் இருந்தார்கள்.

எனது வார்த்தையைக் கேட்டவர்கள் அடைந்தபலன்

ஆனால் 1917ஆம் வருஷத்தில் ஒரு அற்புத நிகழ்ச்சி ஏற்பட்டது. அது என்ன வென்றால், ரஷிய சேனாவீரர்கள் மாத்திரமே எனது வார்த்தைகளை உற்றுக் கேட்டார்கள். மதித்தார்கள். உடனே “பட முடியாது இனித் துயரம் பட்டதெல்லாம் போதும் போதும்” எனக் கூவிக் கொண்டு போர்க் களத்தைவிட்டு நேரே தங்கள் தங்கள் வீடுபோய்ச்சேர்ந்தார்கள்.

உடனே தொழிலாளிகளும் சிப்பாய்களுமாய்க் கூடி ஒன்றுசேர்ந்து ஸ்தாபனங்களை ஏற்படுத்திக்கொண்டார்கள். அதற்கு பஞ்சாயத்து ஆக்ஷி என்று பெயரிட்டார்கள், “எல்லா அதிகாரங்களும் அதன் ஆட்சிக்கு வர வேண்டும்” என்று விளம்பரப்படுத்தினார்கள். இதன் பயனாய் கொடுங்கோலரசு செய்து வந்த ருஷிய சக்கரவர்த்தியின் (ஸார்) பயங்கர ஆக்ஷயானது மணல் வீடு சரிவது போல சரசரவென சரிந்து, சிதைந்து ஒழிந்தது.

லெனின் தோற்றம்

இந்நிலையில் தக்க தலைவர்களும், தக்கபடி திருத்தி அமைக்கப் பட்ட ஒரு நிர்வாகத்திட்டமும் இல்லாமல் மேலால் ஒன்றும் செய்ய முடியாமல் அவர்கள் தயங்கிகொண்டிருந்தார்கள். இந்த நிலையானது எனது கொள்கைகளையே பின்பற்றினவரும், கார்ல்மார்க்சினுடைய உபதேச புத்தகங்களைப் படித்துக் கரை கண்டவருமான லெனினுக்கும் அவரது நண்பர்களுக்கும் அருமையான ஒரு சந்தர்ப்பம் போல் ஆயிற்று. அவர்கள் வெகு தைரியமாய் அக்கூட்டத்தில் (சோவியத் கட்டத்தில்) குதித்து அதன் தலைமை ஸ்தானத்தையும் ஏற்றார்கள்.

141 வருஷங்களுக்கு முன்னால் வாஷிங்டன் Washington. ஜப்பர்சன் Jefferson, ஹாமில்டன் Hamilton, பிரான்க்லின் Franklin டாம்பெயின் Tompain, ஆகியவர்கள் எவ்வாறு அமெரிக்காவில் ஐக்கிய நாடுகளை நிலை நிறுத்தினார்களோ அது போல் இவர்கள் (அதாவது லெனினும்

அவரது நண்பர்களும்) ரஷியாவை சமதர்மப் பஞ்சாயத்து குடி அரசு ஐக்கிய நாடாக ஆக்கினார்கள்.

அமெரிக்காவுக்கும், ரஷியாவுக்கும் ஒப்பு உவமை போட்டிப் பரிசு

அமெரிக்காவுக்கும் ரஷியாவுக்கும் இம்மாதிரியான ஒப்புவமை ஏற்படுத்துவதில் உங்களுக்கு ஏதாவது சந்தேகம் இருக்குமானால் நீங்கள் தயவு செய்து உங்களுடைய ஓய்வு நேரங்களில் அமெரிக்க பழைய தீவிரப்பத்திரிகைப் பிரதிகளைப் புரட்டிப்பாருங்கள்.

18வது நூற்றாண்டின் பிற்பகுதியில் அமெரிக்கரும் பிரிட்டிஷாரும் வெளியிட்ட அரசியல் துண்டுப் பிரசுரங்களையும் பத்திரிகைகளையும் தேடிப்பிடித்து எடுத்து அவற்றில் உள்ள தேதிகளையும், தேசப் பெயர்களையும், தலைவர்களின் பெயர்களையும் அழித்து எடுத்து விட்டு, அதை ஒரு பரிசு போட்டியாகச் செய்து, உங்கள் நண்பர்களிடம் கொடுத்து நீங்கள் அழித்து எடுத்துவிட்ட அந்த காலி இடத்தை மறுபடியும் பூர்த்தி செய்யும்படி சொல்லிப்பாருங்கள். அவர்கள் நீங்கள் அழித்துவிட்ட தேதி ஊர் பெயர்கள் ஆகிய இடங்களில் அமெரிக்காவுக்குப் பதிலாக ரஷியா என்றும் 18ஆம் நூற்றாண்டின் பிற்பகுதி என்பதற்கு பதிலாக 20-வது காற்றாண்டு முற்பகுதி என்றும், வாஷிங்டனுக்கு பதிலாக ட்ராட்ஸ்கியின் பெயரையும், ஜாப்பரிசனுக்குப் பதிலாக வெனின் பெயரையும் பிரான்க்லின் பெயருக்குப் பதிலாக விட்வினாப்பையும், பெய்னாருக்குப் பதிலாக லூனாகார்ஸ்கி பெயரையும், ஹாமில்டனுக்குப் பதிலாக ஸ்டாலின் பெயரையுமே தான் எழுதி அந்த காலி இடங்களைப் பூர்த்தி செய்து கொடுத்து பரிசு பெற வருவார்கள்.

இந்த உண்மையை அப்போட்டிப் பரிகக்கு வந்தவர்களிடம் சொல்லுவீர்களானால் அவர்கள் வாய்திறக்கவே மாட்டார்கள் ஆச்சரியப் படுவார்கள். ஆனால் நீங்கள் அவர்களுக்கு ஒரு சிறந்த நற்போதனை செய்தவர்களாவீர்கள்.

நேற்று வாஷிங்டன், நாளை லெனின்

நேற்று லண்டன் நகரில் வாஷிங்டனுடைய உருவச் சிலை நாட்டப் பட்டிருக்கிறது. ஆனால் நாளைக்கோ மனிதர்களின் துர்போதனை களையும் எண்ணங்களையுமெல்லாம் எதிர்த்து வந்த லெனினுடைய உருவச்சிலையானது நியூயார்க் பட்டணத்தில் நாட்டப்படும். இந்த மத்தியில் நீங்கள் மேற்கண்ட பழைய பத்திரிக்கைகளைப்பற்றி நடத்திய போட்டிப்பந்தயத்தை முடித்துவிட வேண்டும்.

18வது நூற்றாண்டில் அமெரிக்கா, 20 வது நூற்றாண்டில் ரஷியா

அன்றியும் "நாஸ்திகர்களும், குடிகாரர்களும், துன்மார்க்கர்களும், கள்வர்களும், கயவர்களுமான பஞ்சமா பாதகர்கள் என்பவர்கள் சேர்ந்த ஒரு கூட்டத்தாரால் தூண்டப்பட்டு, சமூக நல்வாழ்க்கை சம்மந்தமான சகல கட்டுப்பாடுகளையும் அறுத்து, அராஜகத்திற்கும் அகௌரவத் திற்கும் ஆளாய்விட்டதாக தூற்றப்பட்ட தேசம் எது?" என்றால் 18-வது நூற்றாண்டில் அமெரிக்காவும், 20-வது நூற்றாண்டில் ரஷியாவும் என்றுதான் அக்கொள்கையின் விரோதிகள் சொல்லுவார்கள். ஆனால் அவர்களிடம் இதன் உண்மை இன்னது என்பதை எடுத்துச் சொல்லி விட்டால் பிறகு உங்கள் ஜோலிக்கு வர மாட்டார்கள்.

இன்று லண்டன் பட்டணத்தில் வாஷிங்டனின் உருவச் சிலை ஒன்று விளங்குகின்றது. ஆனால், நாளை அமெரிக்காவில் லெனின் உருவச்சிலை ஒன்று விளங்கப்போவது உறுதி! உறுதி!!

நான் ரஷியாவில் கண்ட காக்ஷி

நிற்க, நான் ரஷியாவுக்குச் சென்று வந்ததின் பயனாய் அங்குள்ள காட்சி என்ன என்றும், அதுபற்றி நான் கொண்ட கருத்து என்ன என்றும் அறிய ஆசைப்படுவீர்கள். ஏனெனில் இப்படி ஆசைப்படுவது அமெரிக்கரின் சுபாவம்.

ஆகவே, தான் ரஷியாவில் முதல் முதல் கண்ட காட்சி என்ன வென்றால், ரஷியாவில் எங்கு பார்த்தாலும் அமெரிக்கர்கள் தாராள மாய் காணப்பட்டார்கள்.

இரண்டாவதாகக் கண்ட காட்சி என்னவென்றால் ரஷியாவின் அறிவாளிகள் ஒவ்வொருவரும் அநேகமாய் அமெரிக்காவைப் போய்ப் பார்த்து வத்திருப்பதும், அங்கு இருந்தகாலத்தில் அவர்களுக்குச் சிறிதும் சுதந்திரம் இல்லாமலிருந்ததால் அதை வெறுக்கின்றதையும் பார்த்தேன்.

அன்றியும் தாங்கள் இங்கிலீஷ் பேசுவதாக நினைத்துக்கொண்டு பேசும் ரஷியர்கள் ஒவ்வொருவரும் அமெரிக்க பாஷையைப் பேசுவதையே பார்த்தேன். அதாவது ரஷியர்களின் இங்கிலீஷானது அமெரிக்கர்கள் பேசும் இங்கிலீஷ் போலவே இருந்தது. இதர ஐரோப்பியர்களும் இவ்விதம் தான் நடந்துகொள்ளுகிறார்கள். அதாவது அவர்கள் பேசும் ஆங்கில பாஷைகள் இப்படித்தான் இருக்கின்றன. நான் ரஷியாவுக்குச் சென்று திரும்பும் பொழுது பிரான்ஸ், ஜெர்மனி, பெல்ஜியம், போலண்டு முதலிய தேசங்களின்

வழியே பிரயாணம் செய்தேன். இந்த ஒவ்வொரு தேசங்களிலும் நான் உத்தியோக தோரணையில் ஆடம்பரமாக வரவேற்கப்பட்டேன். ஆனால், ஒவ்வொரு தேசத்திலும் அமெரிக்கர்களே எல்லோருக்கும் முன்பாக வந்து அமெரிக்கர் என்கின்ற முறையில் என்னை வரவேற்பதாக சொன்னார்கள்.

எங்கும் அமெரிக்கர்களே

ஆகவே, எங்கு பார்த்தாலும் அமெரிக்கர்கள் இவ்வளவு செல்வாக்காய் இருப்பதற்கு இதுவே காரணமாகும்.

நீங்கள் எங்கு சென்றாலும் அங்கெல்லாம் உங்கள் சொந்த நாட்டில் இருப்பது போலவே நடந்துகொள்ளுகிறீர்கள்.

அங்கங்கு என்னை வரவேற்க முன்வந்து அந்தந்த நாட்டுப் பிரமுகர்களான சுதேச மன்னர், அரசாங்க தலைவர், மத்திரிமார்கள், பிரதம பாதிரிகள், உயர்தர கல்வி ஸ்தாபனங்களின் தலைவர்கள் முதலிய எல்லோருமே சிறிது காலத்திற்கு முன் அந்தந்த நாடுகளுக்குச் சென்ற அமெரிக்கர்களாகவே இருந்ததானது எனக்கு மிகுதியும், சந்தோஷமாகவும் ஆச்சரியமாகவும் இருந்தது. இதைப்பற்றி நான் குற்றம் கூற முன்வரவில்லை. ஆனால், அதைக் கண்டு நான் திருப்தியும் மகிழ்ச்சியும் அடைகிறேன்.

நிற்க, நீங்கள் முன் சென்ற அமெரிக்கர்களுடன் சேர்ந்துகொள்ள ரஷியாவுக்கு போவதாயிருந்தால் நான் எனது அனுபோகங்களில் சிலவற்றை உங்களுக்குச் சொல்கின்றேன். அவைகள் உண்மை தானா என்பதை நீங்கள் தெரிந்துகொள்ளக்கூடும்.

நீங்கள் ரஷியாவுக்கு போவதனால்

நீங்கள் நல்ல ஒரு உழைப்பாளியாகவும், யந்திரத் தொழிலில் தேர்ச்சி பெற்றவர்களாகவும், தகுந்த பருவமும் நல்ல குணமும் ஒழுக்கமும் உடையவர்களாகவும் (ஏனென்றால் ஒழுக்கத்தை பற்றி ரஷ்யர்களுக்கு மிகவும் கவலை உண்டு) இருந்தால் உங்களுக்கு எவ்வித கஷ்டமும் இருக்காது. அவர்கள் உங்களை வரவேற்பதற்கு மிகுதியும் மகிழ்ச்சியே யடைவார்கள்.

எல்லா தேசத்திய உண்மை உழைப்பாளிகளையும் நன்றாய் வரவேற்க ரஷியர்கள் ஆவலாகவே இருக்கிறார்கள்.

நீங்கள் வெறும் பணக்காரர்களாய் மாத்திரம் இருந்து வேறு ஒரு காரியத்திற்கும் உதவா சோம்பேறிகளாய் இருந்தாலும் கூட

உங்களுடைய பணங்களை எல்லாம் ரஷியாவிலேயே செலவிடும் படியாய் செய்து உங்களுக்கு வேண்டிய சகல சௌக்கியங்களையும், செய்து கொடுப்பார்கள். நீங்கள் தினம் 1க்கு 15 ரூபாயாவது செலவு செய்தாக வேண்டும். நீங்கள் மிகவும் லோபித்தனமாய் இருந்து நாள் ஒன்று 15 ரூபாயிக்குக் குறைவாக செலவு செய்தால் நீங்கள் அங்கு இருந்து திரும்புவதற்கு முன்னதாகவே அந்த வித்தியாசத்தை செலுத்தும்படி செய்துவிடுவார்கள். ஆகையால் அங்கு சென்ற பிறகு அவர்கள் குறிப்பிட்ட தொகைக்குக் குறைவாய் செலவு செய்யப் பார்ப்பதில் ஒன்றும் பலன் ஏற்படாது என்பதோடு உங்களை மரியாதை யாகவும் நடத்த மாட்டார்கள் அமெரிக்கப் பெண்ணாய் இருந்தாலும் கூட சிறிதாவது லோபமாய் இருந்தால் மதிக்கவே மாட்டார்கள்.

உங்களிடம் வெறுப்பும், பரிதாயமும் அடைவார்கள்

நீங்கள் ரஷியாவுக்குச் சென்றால் அவர்கள் உங்களைச் சிறிது வெறுப்புடனும் மிகபரிதாபத்துடனுந்தான் பார்ப்பார்கள். ஏனென்றால் நீங்கள் உங்கள் நாட்டில் பொதுவுடைமைக் கொள்கையைப்பரப்ப முயற்சித்துப் புரட்சி செய்யாததால் வெறுப்பும், சுதந்திரமும், பொதுவுடைமைக்கொள்கையும், இல்லாத ஒரு அடிமை தேசத்தில் இருந்து வாழ இஷ்டப்படாமல் தங்களிடம் அடைக்கலம் புக வந்திருப்பதற்காக இரக்கமும், அனுதாபமும், கொள்ளுவார்கள். தன் இனத்தைவிட்டுத் தப்பிப்பிரிந்து உணவுக்கு அலையும் ஒரு குரங்கினிடம் அன்பாகவும், நேசமாகவும் இருப்பதுபோல் உங்களிடம் இருப்பார்கள். ஆனால், எதுவும், நீங்கள் அங்கு நடந்து கொள்ளும் நடவடிக்கையைப் பொருத்து இருக்கின்றது என்பதை மறந்துவிடாதீர்கள். நீங்கள் ஒழுங்காய் நடந்துகொண்டால் உங்களை அவர்கள் அந்தரங்க நண்பர்கள் போல பாவித்து அவ்விடத்திய வாழ்க்கையின் சகல துறைகளையும், உங்களுக்கு வெளிப்படையாக காட்டுவார்கள். உங்களைப்போல் அவர்களுக்குக் குழந்தை குட்டிகள் தொல்லை வரி, வட்டி வாடகை முதலியவைகளைப் பற்றிய கவலை சிறிதும் கிடையாது. ஆதலால் உங்களுடன் நேசமாய், சமசுதந்திரமாய் வாழ்க்கை நடத்துவதில் அவர்களுக்கு சிறிதும் கஷ்டம் இருக்க நியாயமில்லை.

அவர்கள் தங்கள் பொதுவுடைமைக் கொள்கை வாழ்க்கையைப் பற்றி மிகவும் திருப்தியும், பெருமையும், கொண்டிருப்பதால் அவற்றின் சகல ஸ்தாபனங்களையும், அவற்றின் நடப்புகளையும், உங்களுக்குக் காட்டுவதைப்பற்றியும், விளக்குவதைப்பற்றியும், மகிழ்ச்சியுடனும், ஆவலுடனும், முன்வருவார்கள்.

நீங்கள் வெகு ஜாக்கிரதையாய் இருக்க வேண்டும்

ஆனால், நீங்கள் மாத்திரம் வெகுஜாக்கிரதையாக இருக்க வேண்டும். மனுஷ சுபாவம் என்பது இங்குள்ளது போலவே ரஷியாவிலும் இருக்கும் என்று எண்ணிவிடாதீர்கள்.

உங்கள் (அமெரிக்கா) அம்பாசிடர் (Dawes) தாஸ் என்னிடம் ஒரு நாள் பேசிக்கொண்டிருந்தபோது உங்களுடைய ஸ்தாபனங்களை எப்படி மாற்றியமைத்த போதிலும், உங்களுடைய மனித இயற்கைத் தன்மையை மாற்றி அமைக்க முடியாது" என்று சொன்னார். ஆகவே, நீங்கள் ரஷியாவிற்கு செல்லு முன் மனித சுபாவத்தைப்பற்றி விஞ்ஞான முறைப்படி (இயற்கை அமைப்புப்படி) நன்றாய் அறிந்து கொள்ள வேண்டும்.

மனித சுபாவத்தைக் கற்றுக்கொள்வது என்பது சுலபமான காரியம் அல்லவானாலும், அது மாறுபடக் கூடியதல்லவானாலும், ஒரு அளவுக்கு அறிந்தாக வேண்டும், அதாவது ஒரு களிமண்ணின் இயற்கைத் தன்மை சுலபத்தில் மாற்ற முடியாது. ஆனால் அக் களிமண்ணைக் கொண்டு செய்யப்படுகின்ற சாமான்கள் விஷயத்தில் நம் இஷ்டம் போல் எப்படிப்பட்ட சாமான்கள் வேண்டுமானாலும் செய்து கொள்ளலாம். களிமண்ணின் முக்கியதன்மை எங்கும் ஒன்றுபோலவே இருந்தாலும், பூசாரத்தில், அதன் இயற்கை கூட்டால் சில இடத்துமண் சற்று மிருதுவாகவும், சிலது கெட்டியாகவும் இருக்கலாம். அது போல மக்கள் சுபாவம் எங்கும் ஒன்றுபோலவே இருந்தாலும், அமெரிக்க மக்கள் சுபாவத்திற்கும், ரஷிய மக்கள் சுபாவத்திற்கும், சிற்சில விஷயங்களில் சிறிது வித்தியாசம் காணப் படலாம். இவையெல்லாம் அவனவனுடைய சுபாவம், பழக்கம், வழக்கம் முதலியவைகளைப் பொருத்து இருக்கிறதே தவிர வேறில்லை.

எப்படியெனில் அமெரிக்காவில் பெருமையாகவும் ஆனந்தப்படக் கூடியதாகவும், கருதும்படியான ஒரு காரியம் ரஷியாவில் இழிவான குற்றமாகக் கருதக் கூடியதாய் இருக்கும்.

அமெரிக்காவில் புகழுக்குறியது,
ரஷியாவில் தண்டனைக் குறியதாகும்

உதாரணமாக ஒரு அமெரிக்கன் ரஷியாவைப் பார்த்து அதைப் பற்றி நினைக்கும் போது ரஷியா தேசமானது சகல வளப்பங்களும் இயற்கையிலேயே பெற்று இருக்கும் தேசமாகவும், பணம் சேர்த்து

கோடீஸ்வரனாவதற்கு மிகுந்த தகுதியுள்ள தேசமாகவும், தோன்றும் மற்றும் நாணயமாற்றைப் பார்த்தவுடன் பணத்தைக் குவித்துவிடலாம் என்று ஆசை உண்டாகும். மேலும். "கூலியோ, மிகசொற்பம், இலாபமோ மிக அதிகம் இவ்வளவு லாபமும் ஒரு மனிதன் அந்தத் தொழிலை நடத்தி தன் சொந்த பணக்காரனாகாமல் சர்க்கார் அடைந்து வீணாக்கப்படுகின்றதே! வீணாக இவ்வளவு லாபத்தையும் பொது ஜனங்களுக்காகச் செலவு செய்து விடுவதில் என்ன பலன் இருக்கிறது? வியாபார முறையும், பணம் சேர்க்கும் தன்மையும் இல்லாமல் போகின்றதே" என்று வருத்தப்படுவான் எதைப் போல் என்றால் ஒரு காலத்தில் அமெரிக்க பொருளாதாரவாதி ஒருவர் சொன்ன மாதிரியாக "பொது ஜனங்களைக் குப்பையில் தள்ளுங்கள் ஒவ்வொரு மனிதனும் அவனவன் காரியத்தில் கண்ணாயிருந்தால் தான் பணம் சேருமே ஒழிய பொதுநலம், பொதுக் காரியம் என்று கருதினால் பணம் சேரவே சேராது" என்று சொன்னார். அப்படித் தான் எல்லா அமெரிக்கனும் நினைப்பான்.

பணம் சேர்க்க நினைத்தால், மேல் உலகம் போவீர்கள்

இந்த முறையை நீங்கள் ரஷ்யாவில் கையாண்டீர்களானால் நீங்களும் வெகு சீக்கிரத்தில் பணக்காரர்களாகலாம். ஆனால் இந்த விஷயங்கள் அந்த நாட்டு வருமானவரி அதிகாரிகள் காதுகளுக்கு எட்டி விடுமேயானால், உடனே ரகசியப் போலீசை விட்டு, நீங்கள் பணம் சேர்த்த வழியையும், முறையையும் நன்றாய் விசாரித்துத் துப்பு அறிந்து அறிக்கை அனுப்பச் சொல்லுவார்கள். பிறகு ஒரு ஆசாமி வந்து உங்கள் பிடனியில் ஒரு அரை கொடுத்துத் தள்ளிக் கொண்டு போய், ஒரு பெயர் பெற்ற கடினமான குற்றவிசாரணை ஸ்தலத்தில் நிறுத்துவான். அங்கு வியாபார முறையையும், மனித சமூக வாழ்க்கையைப் பற்றிய உங்கள் கொள்கைகளையும், அபிப்பிராயங்களையும் விளக்கும்படி கேட்பார்கள்.

அது சமயம் உங்களது அமெரிக்க வர்த்தக முறைகளைப் பற்றியும், தனி நன்மையைப் பற்றியும், சுயநலத்தின் நற்பயன் களைப் பற்றியும், எவ்வளவு உங்களால் அனுசரித்து பேசி நிலை நிறுத்த முடியுமோ அவ்வளவையும் பேச விடுவார்கள். உங்களை யாதொரு குறுக்கு விசாரணையும் செய்ய மாட்டார்கள். அவமதிக்கவு மாட்டார்கள். யாதொரு தொந்தரவையும் கொடுக்க மாட்டார்கள். நீங்கள் எல்லாவற்றையும் சொல்லி முடித்தவுடனே, மறு உலகம் என்று ஒரு உலகம் இருந்தால் அதைக் காணுவீர்கள். அப்படி ஒரு

உலகம் இல்லாவிட்டால், உங்களுடைய, இவ்வுலக வாழ்வானது முடிவடைந்த பேற்றை பெருவீர்கள். மற்றும் அவர்கள் உங்கள் சுற்றத்தாருக்கு உங்களைப் பற்றி இனிமேல் யாதொரு கவலையும் படவேண்டாமென்றும், மறுபடியும் நீங்கள் திரும்பி வீடு வந்து சேரமாட்டீர்களென்று மிகவும் வணக்கமாகவும் மரியாதையாகவும், ஒரு கடிதம் எழுதி தெரிவித்துவிடுவார்கள்.

பேதைகள் (பணக்காரர்கள்) இருப்பதைவிட இறப்பதே மேல்

இதை ஒரு தண்டனை என்றோ, அல்லது சட்டப்படி தீர்மானிக்கப் பட்ட ஒரு குற்றமென்றோ நீங்கள் கொஞ்சமும் நினைக்க வேண்டாம் ரஷிய மக்கள் “பேதைகள் இருப்பதைவிட இறப்பதே மேல்” என்று நினைக்க உருவெடுத்தவர்களாவார்கள். பேதை (Idiot) என்னும் பதத்திற்கு (கிரீக் பாஷையில்) தன்னையன்றி, மற்றவர்களைப் பற்றி கவலைப்படாதவன் எனப் பொருள் உண்டு. ஆகவே உங்களது வாழ்க்கையின் நோக்கங்களானது உங்களை பேதைகளென்று சொல்லுவதற்குப் போதுமான ஆதாரம் ரஷியர்களுக்கு இருக்கிறது. உங்கள் மேலும், உங்கள் சமூகத்தின் மேலும் இருக்கும் பரிதாபத்தால் தான் உங்களுக்கு யாதொரு தொந்தரவையும் கொடுக்காமல், உங்களை இவ்வுலகிலிருந்து பிரித்து விடுவார்கள்.

மனிதன் எதற்காக வாழ வேண்டும்?

நான் அனேக வருஷங்களுக்கு முன் சொன்ன ஒரு யோசனையைத் தான் அவர்கள் (ரஷ்யர்கள்) இப்பொழுது நிறைவேற்றுகிறார்களே ஒழிய புதிது ஒன்றும் இல்லை. நாகரீகமடைந்த சமூகத்தில், பிழைக்கும் ஒவ்வொரு மனிதனும், அச்சமூகத்தின் ஆதரவையும், நன்மைகளையும் குழந்தைப் பருவம் முதல் அனுபவித்து வந்த ஒவ்வொருவனும், தான் இனி இவ்வுலகில் வாழ்வதால் அச்சமூகத்திற்கு என்ன பயன் உண்டு என்பதை, ஒரு நீதிபதி முன் எடுத்துக்காட்டுவதன் மூலம் மக்களைத் திருப்தி செய்பவனாய் இருக்க வேண்டும். அப்படி அவர்களைத் திருப்தி செய்ய முடியாவிட்டால், அச்சமூகத்திற்குத் தொந்தரவையும் இடைஞ்சலையும் கொடுக்காமலாவது இருக்க இவ்வுலகிலிருந்து பிரிந்தாவது விட வேண்டும். ஒரு நாட்டுக்கு பொறுப்பும், உத்திரவாதமும் உள்ள மக்களை உண்டாக்க இதைவிட வேறு வழியில்லை. ரஷிய பொதுவுடமைச் சங்கங்கள் இவ்வளவு வெற்றி பெற்றிருப்பதற்குக் காரணம் ஒவ்வொரு ரஷியனும் தன் வாழ்க்கையினால் தன் தேசத்தவனுக்கு தக்க நன்மையை உண்டாக்கா

விட்டால் தான் உயிரையே இழக்க நேரிடும் என்று நன்றாய் அறிந்ததேயாகும்.

ஆகவே, இப்படிப்பட்ட இன்றியமையாததான ஓர் சீர்திருத்தக் கொள்கையை உங்கள் முன் எடுத்துச் சொல்லி, அதை வற்புறுத்திப் பேச நேர்ந்ததை நான் ஒரு பெருமையாய் கருதுகிறேன். ஒரு நந்தவனம் நன்றாய் வைத்திருக்கப்பட வேண்டுமானால் அது நன்றாய் களை எடுக்கப்பட வேண்டும். ஆகையால் நீங்கள் ஜாக்கிரதையாய் இருங்கள்.

கடுந் தண்டனை இல்லை

உங்கள் ஆத்திரத்தின் பயனாய் ஏதாவது குற்றம் செய்ய நேர்ந்துவிட்டால் அதற்காக உங்களை மிருகத்தனமாய் நடத்திவிட மாட்டார்கள். உங்களது இயற்கை குணத்தின் பயனால் ஒருவனை நீங்கள் கொன்று விட்டாலும் கூட அதற்காக உங்களைத் தூக்கிலிட்டு கொன்றுவிட மாட்டார்கள். ரஷியாவில் கடுந்தண்டனைகளே கிடையாது.

ஆதலால் இம்மாதிரியான கொலைக்குற்றங்களுக்கு 4 அல்லது 5 வருஷ தண்டனையே விதிப்பார்கள். மற்றும் குற்றவாளிகளிடம் அவர்கள் வெகு சலுகை காட்டுவார்கள். இவைகளையெல்லாம் கேட்பதற்கு உங்களுக்கு இப்போது அதிசயமாய்த் தோன்றலாம்.

பொது உடமைக்கொள்கை என்றால் என்ன? என்பதை நன்றாய் அறிந்த பிறகுதான், சோவியத் ஆட்சியாகிய குடிகளின் பஞ்சாயத்து ஆட்சி நோக்கம் இன்னது என்று நன்றாய் அறிய முடியும். அதன் பிறகு அக்கொள்கைகள், அமெரிக்கா, சிக்காக்கோ, அல்லது பிட்ஸ்பரோ, அல்லது டிட்ரோய்ட் முதலிய இடங்களில் அதிசயிக்கும்படி பரவுவது உங்களுக்குத் தெரியும், ஒன்று இரண்டு நாளில் அது தழைத்து ஓங்குவது விளங்கும்.

ரஷியாவின் தோற்றம்

இன்றைய தினம் உங்கள் கண்களுக்கு ரஷியா "இந்திரலோக" மாக இருக்கும் என்று எண்ணிவிடாதீர்கள். ரஷியா, உலகில் ஒரு பெரிய தேசம். அதை ஒழுங்குபடுத்தி விடுவது என்பது சுலபமான காரியம் அல்ல. ஏனெனில் ஸார் சக்கரவர்த்தி காலத்தில் அத்தேசம் இருந்த ஏழ்மை நிலையையும், மக்களின் அறியாமையையும், காட்டுமிராண்டி நிலைமையையும் அறிந்தவர்கள், இந்த 11 வருஷக் காலத்திற்குள் அவ்வளவு தூரம் தரித்திரத்தையும் அறியாமையையும்

அடியோடு அந்நாட்டைவிட்டு நீக்கிவிட முடியுமா? என்பதை யோசித்துப் பாருங்கள்.

ரஷியா, பெரிய தேசம்

ரஷியா 80 லட்சம் சதுரமைல் விஸ்தீர்ணமுடைய பெரிய தேசம். அமெரிக்க ஐக்கிய நாட்டைவிட 40 லட்சம் சதுர மைல் பெரிய தேசம். அதாவது, அதைவிட இரட்டிப்பு படங்கு அகண்ட தேசமாகும். ரஷியாவின் ஜனத்தொகை 16 கோடியாகும். அமெரிக்க ஜனத்தொகையைவிட 175 லட்சம் ஜனங்களதிகம். ஆதலால் அந்நாட்டில் இன்னமும்கூட பட்டினியும், அறியாமையும், அநாகரீகமும் இருக்கலாம். ஆனபோதிலும் மற்ற தேசத்தார்களைப்போல் ரஷியர்கள் தேசீயம், தேசபத்தி என்னும் பெயரால் சுயநலத்தையும் பேராசையையும் பிரதானமாய்க் கொண்ட மிருகத்தனமான யுத்தமுறைக்கு ஆதரவளித்து யுத்த முஸ்த்திப்புகளைத் தயாரிப்பதற்காக நாட்டுச் செல்வங்களைப் பாழாக்கி, மக்களுக்குத் துன்பத்தையும், தரித்திரக்கஷ்டத்தையும் உண்டாக்கி அதன் பயனாய் தொழிலாளிகளிடம் அதிக வேலை வாங்கவும், குறைந்த கூலி கொடுக்கவுமான கொடுமைகள் செய்யாமல் பொதுவுடைமைக் கொள்கைகளை வெற்றி முரசுடன் நடத்திக்கொண்டும், நிலையாக முன்னேறிக் கொண்டும் இருப்பது நன்றாய் விளக்கும்.

ஆனால் நீங்கள் ரஷ்யாவில் உள்ள கெடுதி என்ன என்பதைப் பார்க்க அவ்வளவு தூரம் போகவேண்டியதில்லை. உங்கள் நாட்டில் உள்ள கெடுதிகளேதான் அங்கும் இருக்கலாமேயொழிய, உங்கள் நாட்டில் இல்லாத கெடுதி ஒன்றும் அங்கு காண முடியாது. ஆகையால் அதற்காக, பங்கள் தேசத்தைவிட்டு ரஷியாபோகவேண்டியதில்லை. மற்றபடி, நீங்கள் அமெரிக்காவின் பொருளதார நிலை என்னும் கப்பலானது உலகப் பொருளாதார நெருக்கடி என்னும் புயல் காற்றால் தாக்குண்டு, முழுகிப்போகும் நிலைமையில் இருக்கும் காலத்தில் ரஷியப் பொருளாதார நிலை என்னும் கப்பல் எவ்வித ஆட்டமும், அசைவும் இல்லாமல் சுகமே ரஷியக்கரை சேர்ந்திருக்கும் பெருமையின் காட்சியைப் பார்க்க வேண்டுமானால் நீங்கள் அங்கு செல்லுங்கள், உங்கள் நாட்டு மக்கள் அடைந்துவரும் கஷ்டங்களுக்குக் காரணம் உங்கள் தலைவர்களின் முட்டாள் தனமான நிர்வாகத்தினாலும், பொது நலங்களை இழிவானதும் அயோக்கியத்தனமானதுமான சுயநலங்களுக்குப் பயன்படுத்திக் கொண்டதாலும், ஒவ்வொருவரும் தாங்கள் மாத்திரம் மேன்மை

அடைந்தால்போதும் என்று கருதிய அற்ப குணத்தாலும் ஏற்பட்ட கொடுமைகளை, இயற்கையாய் ஏற்பட்டது என்று கருதி இருக்கும் முட்டாள் தனத்தை விட்டுவிட்டு அங்குசெல்லுங்கள். ரஷியர்கள் இவ்வித கெட்ட குணங்களையும், பேராசை, சுயநலம், சோம்பேறி வாழ்க்கை ஆகிய இழிகுணங்களையும் விட்டவர்கள் என்பதை நீங்கள் கேள்விப்பட்டிருக்கலாம். ஆகையால் அவைகளை எப்படி ஒழித்தார்கள் என்பதையும் நீங்கள் பார்க்க ஆசைப் படலாம்.

உங்களாலும் செய்யக்கூடும்

ரஷியர்களால் ஆகக்கூடிய காரியம் உங்களாலும் ஆகக்கூடும். நீங்கள் ஒரு சமயம் உங்களால் முடியாது என்று எண்ணலாம். ஆனால், கண்டிப்பாய் உங்களால் முடியும். சிறைக்குள் இருக்கும் ஒரு கைதி அதன் கதவுகள் திறந்து கிடப்பதை அறியாமல் ஜன்னல் கம்பிகளைத் தகரத்துண்டுகளால் அறுத்து வெளிவர முயற்சித்துக் கொண்டிருப்பதுபோல் உங்கள் முயற்சி இருக்கிறது.

உங்கள் வாழ்நாள் முழுவதும் விடுதலை பெற உண்மையான வழியறியாமல் இப்படித்தான் அடைபட்டிருக்கக்கூடும். ஆனால், உங்கள் பிள்ளைகள் உங்களைப்போன்றே வகையறியா சோம்பேறிகளாக இல்லாமல், உலக விடுதலை நாகரீகப் போட்டியில் ரஷியர்களைவிட முன் செல்லக்கூடிய வேகமுடையவர்களாய் இருப்பார்கள் என்றே எதிர்பார்க்கின்றேன்.

உங்களுக்கு மேன்மை உண்டாக வேண்டுமென்று வாழ்த்தி உங்களிடமிருந்த தற்காலம் விடைபெற்றுக்கொள்ளுகின்றேன்.

புரட்சி வாழ்க!

பொதுவுடைமை ஓங்குக!!

8. ரஷியாவைப் பற்றி பெர்னாட்ஷா

தோழர் பெர்னாட்ஷாவிடம், "ஜான்புல்" என்ற ஓர் ஆங்கிலப் பத்திரிகை ஆசிரியர், ரஷியா ஐந்து வருடத் திட்டத்தின் பயனால் அடைந்த ஏற்றத்தினால் பெரிதும் பாதிக்கப்பட்ட வல்லரசுகள் ரஷியாவினிடம் வலியச்சென்று நட்புரிமை செய்து கொள்ளுவது சிறப்புடையதா? அல்லது வியாபாரச் சிக்கனமுறை எனும் பேரால் அதை ஒழிக்க முயற்சிப்பது சிறப்புடமையா? என்று வினவியதற்கு தோழர் ஷா அளித்த மறுமொழி:-

வியாபார உலகினின்று முதலாளித்துவ அரசுகள் ரஷியாவை ஒதுக்கிவைத்தது பெரும் மடமைத்தனமாகும். ஐரோப்பிய பெரும் போரிற்குப் பின் தங்கள் சொந்த வியாபாரங்களைக்கூட செம்மையான முறையில் நடத்த முடியாமல் திணறுகின்றது, என்பதை இது நன்குணர்த்துகிறது. சமதர்ம ருஷியாவை முதலாளித்துவ அரசாங்கம் ஒதுக்கி வைத்ததானது. அந்நாட்டிற்கு எதிர்பாரத நலனைக் கொடுத்தது.

ஏனென்றால் முதலாளித்துவ வல்லரசுகள் ருஷியாவோடு வியாபார ஒப்பந்தம் செய்திருப்பின் நிச்சயமாகவே அவைகள் வேலையில்லாத் திண்டாட்டம் என்னும் பெரும் நோயினின்று ருஷியாவின் கைத்தொழிலைக் கவர்ந்திருக்கும். "சமதர்மம்" என்னும் மொழியைக் கேட்டதும் கிடுகிடென நடுங்கும் இம்முதலாளித்துவ அரசாங்கங்கள் ருஷியாவை ஒதுக்கிவிட்டதால் அது பிறர் உதவியின்றித் தம் உடலையும், உயிரையும் உரம்பெறச் செய்து கொண்டது.

ஆகவே சோம்பல், மூடநம்பிக்கை, அடிமை எண்ணம் முதலிய தீக்குணங்கள் படிந்த ஸார் காலத்திய தீய ருஷியா இப்பொழுது சுறுசுறுப்பு, தூய்மை, பகுத்தறிவு, சுதந்திரம், சாத்தி முதலிய அருங்குணம் பெற்ற சமதர்ம நோக்கமுள்ள, தன்னறிவு மிக்க நன்னாடாய் பொலிவுற்று விளங்குகின்றது.

கனவிலும் நாடு பிடிப்பதிலே நாட்டம் கொண்டு வாழும் பேராசைபிடித்த கொள்ளைக்கார முதலாளித்துவ அரசாங்கங்கள்

தாங்கள் பணவலி, படைவலி முதலிய பல வலியாலும் பிறநாடுகளைக் கொள்ளையடித்ததுபோல் தங்களைப்போன்று எல்லா சாதனங்களையும் பெற்றிருக்கும் ருஷியா எப்போது தாங்கள் முன் செய்து வந்த வழியைப் பின்பற்றித் தங்களிடம் நடந்துவிடுமோ என்ற பயத்தால் நடு நடுங்குகின்றன.

தங்கள் உழைப்பின் பயனைத் தாங்களே அனுபவிக்கப் போகிறோம் என்ற எண்ணத்தின் பயனால் உண்டான ஊக்கத்தினால் ஐந்து வருடத்தில் வெற்றிபெற உழைத்த ரஷியா அதன்பலனாய் குறைந்த நேரம் வேலை செய்து நிறைந்த ஊதியமடைந்தனர். தங்கள் முன்னோர்கள் நினைத்துமிராத கல்வியும் சரிசமத்துவ நிலையும் பெற்றிருப்பதோடு, இன்னும் தாங்கள் வேலை செய்யவேண்டிய நேரத்தைக் குறைத்தும் அதனால் அதிக லாபத்தைப் பெறவும் எதிர்பார்க்கின்றனர். சிறிது காலத்தில் தம் வாழ்க்கையைத் துன்பமும் கவலையும் இல்லாத இன்ப வாழ்க்கையாய் மாற்றி விடலாம் என்று எண்ணுகின்றனர்.

இந்த நன்னிலை அமெரிக்காவிலோ, இங்கிலாந்திலோ உண்டாதல் அரிதினும் அரிது. ஏனென்றால் அங்கு கஷ்டப்பட்டுத் தொழிலாளர்கள் உழைத்துழைத்து வந்ததால் அதனால் அவர்கள் உடம்பினின்று வரும் இரத்த வியர்வையில் முதலாளிகளாகிய சோம்பேறிகள் மூழ்கி கஷ்டமின்றி ஸ்நானம் செய்ய எண்ணுவார்களென்பதையும் பிரதிபலனாகத் தங்கள் வீட்டு வாடகையை உயர்த்துவார்களென்பதையும் நன்குணர்வார்கள். தொழிலாளர்கள் இச்சோம்பேறிகட்கு உழைப்பதின் பலன் அவர்கட்கு ஆயுட்குறைவு என்பதைத் தவிர வேறு ஒன்றும் கிடையாது.

வல்லரசுகள் ஐரோப்பிய போரில் இயற்கை முயற்சியிலும் தங்களைக் காப்பாற்றிக்கொள்ளப் போதிய வெடி குண்டு செய்தல் முதலிய செயற்கை முறையிலும் தம் திறமையின்மையை, உலகிற்குக் காட்டிவிட்டன "நாய் தான் கக்கிய உணவையே உண்ண முயலும்" "பன்றி மலத்தையே தின்ன விரும்பும்" அதுபோல் நாம் (முதலாளித்துவ அரசாங்கங்கள்) எப்பொழுதும் இழிவான லட்சியத்திலேயே கிடக்கின்றோம்.

சமதர்ம ருஷியாவின் ஐந்து வருடத் திட்டத்தின் வெற்றியும் பொதுவுடமையால் ருஷியா விடுதலை பெற்றமையும் நாம் கற்க வேண்டிய இரண்டாம் படிப்பினையாகும் (முதலாளித்துவ ஆட்சியால் நாம் கண்ட முதற்படிப்பிளை ஐரோப்பியப் பெரும் போர்தான்.).

நாம் பிறரிடமிருந்து கற்க வேண்டிய தொன்றுமில்லையென்னும் பருவத்தையடைந்து விட்டோமா?

ஷாவின் சொற்பொழிவு

சுயேச்சைத் தொழிலாளர் கழகக் கோடை பாடசாலை முன்னிலையில் தோழர் "ஷா" செய்த சொற்பொழிவின் சாரம்:-

ருஷியா நரகாக்கினிக் காப்புப் பெற்ற (Hell fire proon) நன்னாடு பணக்காரனும், பணக்காரியுமற்ற ஒரு நாட்டிற்கு (ருஷியாவிற்கு நான் சென்று மிகுந்த மகிழ்ச்சியடைந்தேன். ஆனால் அச்சமதர்ம நாட்டைவிட்டு இங்கு திரும்புங்கால் எனது கால்கள் நடுநடுங்கியது (இவ்வாறு கூறும்போது அவர் கண்கள் களிப்பு மிகுதியால் ஜொலித்தன.)

என்றைக்காவது ஒருநாள் பொதுவுடைமை ஆட்சி முறைக்கும் கட்டுப்பட்டு அதன் திட்டங்கள் நிறைவேற்ற சர்வாதிகாரியாக (Dictatorship) என்னும் முறையை கிரேட் பிரிட்டனும் தழுவித் தான் ஆக வேண்டும். நமது பிரிட்டிஷ், ஜனநாயக ஆட்சிமுறை (Democracy) யாதொரு பயனுமளிக்கப்போவதில்லை. நாம் முட்டாள்களாய் இருக்கிறோம் என்பதை ருஷியர்கள் நம்ப மறுக்கிறார்கள். அறிவாளிகளை பிரிட்டிஷார்களுக்கு இந்த முறை, (இச்சட்டம்) தெரியாதிருக்குமா என்று தோழர் ஸ்டாலின் எம்மிடம் கூறினார். எங்கள் மக்கள் அறிவிலிகள் என்பதை நீர் முதன் முதலில் உணர்ந்து கொள்ள வேண்டுமென்று நான் மொழிந்தேன். பொது உடமைக் கொள்கையின் நலனை அறியா மக்கள் உலகிலிருக்கிறார்கள் என்று தோழர் ஸ்டாலின் கருதவேயில்லை. ருஷியா பொது உடமை அரசியலின் நிபுணர்கள் பரந்த நோக்கும் சிறந்த அறிவுமுடையவர்களாயிருக்கின்றனர். மார்க்ஸ் நூற்களை நன்கு பயின்றிருக்கின்றனர்.

தோழர் ஸ்டாலின் என்னை நோக்கி (முதலாளித்துவ முடையோர்கள்) எங்களைப் பேடிகளென்கின்றனர். ஆனால் அனுபவத்தில் நாங்கள் அதற்கு மாற்றமாய் இருக்கின்றோம் என்று கூறினார். நான் தோழர் ஸ்டாலினிடம் பேசியபோது, முதலாளித்வ அரசாங்கம் ருஷ்யாவோடு போரிட முயற்சிக்கிறதாக ருஷ்ய மக்கள் எண்ணுவதாக அறிகிறேன்.

ஆனால் "ஒன்றுக்கும் அஞ்சற்க" எங்கள் அரசாங்கம் போர்புரிய முன்வர மாட்டார்கள் என்று கூற என்னால் முடியாது என்றாலும், மற்ற நாட்டு பொது ஜனங்கள் போர் புரிய விரும்பவில்லை" என்றேன்.

அதற்கு அவர் ஆனால் பொது மக்களால் இது காறும் சர்ச்சில் போன்ற போர் வெறியர்களால் நினைத்த பொழுதெல்லாம் போரிடுவதைத் தடுக்க முடியவில்லையே என்றார். உடனே யான் ஆம் உண்மை தான். தற்போது பேராபத்து ஒன்றுமில்லை இருந்தாலும் துப்பாக்கி மருந்தை தயாராய் வைத்திருங்கள்" என்று நான் உங்கட்கு கூறுகிறேன் என்றேன். தோழர் ஸ்டாலின் "ஆம் நாங்களும் அப்படியேதான் தயாராய்த்தான் இருக்கிறோம்" என்றார்.

சட்டசபை என்னும் வெறும் பிரசங்க மேடை ருஷ்யாவில் கிடையாது. ஒரு வேலையைச் செய்து முடிக்க வேண்டுமாயின் அவ்வேலைக்குரிய டிபார்ட்மெண்டின் தலைமை அதிகாரி கட்டளை போடுகின்றனர். அவரே அதற்குப் பொறுப்பாளியாயுமிருக்கின்றார். அவர், தவறுதலாக நடந்தால் அவர்பாடு மிகச் சங்கடமே. அவர்கள் போக்கு இத்தாலியர் போக்காகத்தான் இருக்கிறது. தோழர் ஸ்டாலின் இதைக் கேட்டால் நகைப்பார் என்று எண்ணுகிறேன். ருஷ்யாவின் மாறுதல்கள் யாவும் நிறைவாகவும் அழகாகவும் பொலிந்து விளங்குகின்றன. ருஷ்ய ஆட்சி முறையென்னும் இயந்திர சக்கரத்தின் அச்சுகளில் எண்ணெய் இருக்கிறது. ஆனால் நமது அரசாங்கம் எனும் இயந்திரத்தின் சக்கரங்களின் மணல் நிறைந்திருக்கிறது அதனாற்றான் ருஷ்ய அரசாங்க இயந்திரத் தேர் செம்மையாய்த் தடைப்படாது ஓடுகின்றது.

ருஷ்ய திட்டம்

ருஷ்யத் தொழிலாளர்களை விழித்துத் "தோள் கொடுத்து உமையங்கள் ஒழியினும் ஒழிந்து போங்கள் பசியால் வாடினும் வாடுக்கள் ஆனால் இந்த வருடத் திட்டம் முடிவு வரை கஷ்டப்படுங்கள்" என்று பொது அரசாங்கம் உடமை கூறுகின்றது. ருஷ்யர்கள் பட்டினி யென்றால் இன்னதென்று உணரார்கள், ஆனால் ஆடம்பர உணவு அவர்கட்கு கிடையாது. இதை பிரிட்டிஷ் தொழிலாளர் கட்கு கூறினால் நாங்கள் என் ஐந்தாண்டு கஷ்டப்பட்டு வயிற்றையும் வாயையும் கட்டி உழைத்து பணக்காரர்கள் கொழுப்பேறும்படி செய்ய வேண்டும்? என்பர். எங்கள் கொள்கை குறைய உழைப்பதும் நிறைய பணம் பெறுவதுந்தான் என்பார்கள். எனவே பணக்காரர்கள் - முதலாளிகளற்ற ருஷியா. நாளுக்கு நாள் நன்னிலை யெய்தி வருவதில் எவரும் ஆச்சரியப்பட வழியில்லை. தொழில்களை அரித்துத் தின்னும் புழுக்களையும் புழுக்களைத் தின்னும் புழுக்களையும் முதலாளிகளையும் லேவா தேவி பாங்கிக்காரர்களையும் ருஷியர்கள் அழித்து விட்டனர்.

மதமா?

என்னுடன் போந்திருந்த சீமாட்டியாகிய ஆஸ்டர், ஸ்டாலினை நோக்கி, "உங்கட்கு சமயம் வேண்டாமா? மதமின்றி மக்கள் எப்படி உயிர்வாழ முடியும்?" என்றார். அதற்கு நான், "ருஷியர்கட்கு மீண்டும் மதம் வேண்டாம். ருஷியர்கள் மதத்தால் நிறைந்திருக்கின்றனர்கள் ருஷியப் புரட்சியே ஆன்ம உணர்ச்சியோடு கூடிய ஓர் இயக்கம்" (மதம்) என்று மொழிந்தேன்.

ருஷியாவில் குழந்தைகளை எவரும் அடிப்பதில்லை பெற்றோர்களாயினும் குழந்தைகளை அடிப்பராயின் உடனே வழக்குத் தொடரப்படும். அஃதோர் தண்டனைக்குரிய பெரும் குற்றமாகக் கருதப்படுகிறது.

அங்கு மரண தண்டனை கிடையாது. ஒருவன் கொலை செய்வானேயானால் ஐந்து ஆண்டுகள் தான் தண்டிக்கப்படுவான். ஆனால், எவனாவது தனித்த முறையில் வியாபாரம் (சூதாட்டம்) செய்து பணக்காரனாக எண்ணினானாயின் அவன் "பரலோக" பிராப்தி அடைவது (தூக்கிலிடப்படுவது) திண்ணம்.

பணப்பேய் பிடித்த வியாபாரிகளை நாம் இங்கு இங்கிலாந்தில் பாராளுமன்ற உறுப்பினர்களாகத் தேர்ந்தெடுக்கின்றோம். அவர்களைப் புகழுகின்றோம், வணங்குகின்றோம்.

இன்றில்லாவிட்டாலும் என்னாளாவது ஓர் நாள் ருஷிய அரசியல் முறையை பிரிட்டன் கடைப்பிடித்தேயாக வேண்டும். அப்பொழுது தான் நாம் ஊக்கமுடன் வேலை செய்ய முடியும்.

அடிக்குறிப்புகள்

தாண்டவமாடும் சமதர்மம்

1. தென்னிந்தியாவை கண்டேன்-பக். 52
2. கம்யூனிசம்-பக். 10
3. குடி அரசு-8.5.1932
4. குடி அரசு-30.10.1932
5. குடி அரசு-13.12.1931
6. பெரியாரின் அயல்நாட்டு பயணக் குறிப்புகள்-பக். 102
7. மே.கு. நூல்-பக். 140-142
8. பெரியார் சிந்தனைகள்-பக். 1186
9. மே.கு.நூல்-1188
10. குடி அரசு-1.1.1933
11. பெரியார் சிந்தனைகள்-பக். 1682

பாய்ந்தது பாணம்

1. குடி அரசு-12.11.1933
2. குடிஅரசு-19.11.1933
3. எஸ். ஆர். கண்ணம்மாள்

காரணம் ரொம்பவும் சப்பை

1. புரட்சி-13.5.1934
2. புரட்சி-20.5.1934
3. குடி அரசு-1.5.1932

ப.திருமாவேலன்

முன்னோடி நூல்கள்

வே.ஆனைமுத்து - பெரியார் ஈ.வெ.ரா. சிந்தனைகள் (மூன்று தொகுதிகள்) சிந்தனையாளர் பதிப்பகம், திருச்சிராப்பள்ளி, 1974.

-பெரியாரின் அயல்நாட்டுப் பயணக் குறிப்புகள், 1997.

-பொதுவுடைமைவாதிகளும், பெரியார் கொள்கைகளும் பெரியார் நூல் வெளியீட்டகம். சென்னை 1980.

எஸ்.வி.ராஜதுரை - வ.கீதா - பெரியார்: சுயமரியாதை சமதர்மம், விடியல் பதிப்பகம், கோவை, 1999.

நெ.து. சுந்தர வடிவேலு - பெரியாரும் சமதர்மமும் புரட்சியாளர் பெரியார், புதுவாழ்வு பதிப்பகம், சென்னை, 1987.

ஏ.எஸ்.கே. - பகுத்தறிவின் சிகரம் ஈ.வெ.ரா. இந்திய தத்துவஞான விமர்சனம் (1974).

- கம்யூனிஸம் பகத்ஹவுஸ் பப்ளிகேஷன்ஸ், சென்னை, (1975).

ம.சிங்கார வேலு - சமதர்ம உபன்யாசம் குடி அரசு பதிப்பகம் (1934).

கோ.கேசவன் - சுயமரியாதை இயக்கமும் பொதுவுடைமையும், 1999.

- பொதுவுடைமை இயக்கமும் சிவகாரவேலரும் சரவணபாலு பதிப்பகம் விழுப்புரம், 1988.

கி.வீரமணி - விடுதலைப் போரும் திராவிடர் இயக்கமும் திராவிடர் கழகம், சென்னை, 1985.

கருணானந்தம் - தந்தை பெரியார். 1979.

தந்தை பெரியார் - இலங்கைப் பேருரை பெரியார் சுயமரியாதை பிரச்சார நிறுவனம், 1989.

ம.சிங்காரவேலு - சொற்பொழிவுகள் 1984, அரசியல் நிலைமை 1975, சமூகம் பொருளாதாரம் 1985, சமூகம் அரசியல் 1985, என்.சி.பி.எச்.வெளியீடுகள், சென்னை.

சாமி சிதம்பரனார் - தமிழர் தலைவர் பெ.சு.பி. நிறுவனம் சென்னை, 1983.

அமீர் ஹைதர்கான் - தென்னிந்தியாவைக் கண்டேன், என்.சி.பி.எச்., சென்னை, 1989.

கே.முருகேசன் - சி.எஸ்.சுப்பிரமணியம் - சிங்காரவேலு - தென்னிந்தியாவின் முதல் கம்யூனிஸ்ட், என்.சி.பி.எச்., சென்னை, 1991.

எம்.இஸ்மத் பாஷா - (மொழிபெயர்ப்பு) - சோவியத் கம்யூனிஸ்ட் கட்சியின் சரித்திரம் ஜனசக்தி பிரசுராலயம், சென்னை 1947.